தேர்தல் தமிழ்

தமிழின் அழகு, அரசியல் உலகத்திலும்!

தேர்தல் தமிழ்

தமிழின் அழகு, அரசியல் உலகத்திலும்!

என். சொக்கன்

Title: Therthal Tamil
Author's Name: N Chokkan
Copyright © N Chokkan
Published by ZDP specifics

(An imprint of Zero Degree Publishing)
No. 55(7), R Block, 6th Avenue,
Anna Nagar,
Chennai - 600 040

Website: www.zerodegreepublishing.com
E Mail id: zerodegreepublishing@gmail.com
Phone: 89250 61999

ZDP Specifics First Edition: May 2022
ISBN: 978-81-956735-7-5
TITLE NO EP: 14

Rs. 130/-

Cover Design & Layout: Vijayan, Creative Studio

பொருளடக்கம்

1. அறிமுகம்

தமிழில் இல்லாத சொற்களே இல்லை, அதேசமயம், பிறமொழிகளை அரவணைத்துக்கொள்வதிலும் தமிழர்கள் குறைவைத்ததில்லை.

ஒருகட்டத்தில், அந்த நல்ல பழக்கமே நமக்கு எதிரியாகிவிட்டது, முதலில் வடமொழிச் சொற்களும், இப்போது ஆங்கிலச் சொற்களும் தமிழில் சகட்டுமேனிக்குக் கலந்துவிட்டன. அவற்றைப் பிரிப்பதே பெருஞ்சிரமம், நீக்குவது இன்னும் சிரமம்.

இதோ, சென்ற பத்தியில்கூட, 'சிரமம்' என்ற சொல் வடமொழிதான், அதை மாற்றிக் 'கஷ்டம்' என்று எழுதினால் அதுவும் வடமொழி. இதற்குத் தமிழ்ச்சொல் என்ன என்று தேடும் பொறுமை இல்லாதவர்கள் வடமொழிச்சொற்களையே பயன்படுத்திவிடுகிறார்கள்!

ஒருவிதத்தில், தமிழ் எல்லாவற்றுக்கும் இடம் கொடுக்கிறது என்று பெருமைப்படலாம், இன்னொருவிதத்தில், இன்றைக்குத் தமிழில் பிறமொழிக்கலப்பு இல்லாத துறைகளே இல்லையே என்று வருத்தப்படலாம்.

இந்த வருத்தத்துக்கு ஒரே ஓர் ஆச்சர்யமான விதிவிலக்கு, அரசியல், தேர்தல் தொடர்பான பெரும்பாலான சொற்கள் தூய தமிழில் உள்ளன. தேர்தல் தொடங்கிப் பதவியேற்புவரை, கூட்டணி தொடங்கித் தொகுதி உடன்பாடுவரை, தேர்தல் அறிக்கை தொடங்கி நன்றியறிவிப்புக் கூட்டம் வரை, அமைச்சரவை தொடங்கி அவைத் தலைவர் வரை, முதல்வர் தொடங்கி ஆளுநர்வரை, ஆட்சித்தலைவர் தொடங்கி தொண்டர்வரை... எல்லாம் அருமையான தமிழ்ச்சொற்கள், இங்குள்ள கட்சிகளின் பெயர்கள்கூட நற்றமிழிலேயே உள்ளன, அபூர்வமாக எங்கேயாவது ஒன்றிரண்டு பிறமொழிச் சொற்களைக் காணலாம், அவ்வளவுதான்.

இதற்குக் காரணம், தமிழகத்தில் அரசியல்வாதிகள் பலர் தமிழார்வலர்களாகவும் இருந்ததுதானா? தெரியவில்லை! காரணத்தை யோசிக்காமல் மகிழ்ந்துகொள்ளவேண்டியதுதான்.

இந்தப் பரபரப்பான தேர்தல் சூழலில், இதுதொடர்பான சில அழகழகான சொற்களைப்பற்றி நாளுக்கொன்றாகப் பார்ப்போம், ஆனால், அரசியல் கண்ணோட்டமின்றி, மொழிக் கண்ணாடியை மட்டும் மாட்டிக்கொண்டு!

2. தேர்தல்

'கொங்குதேர் வாழ்க்கை அஞ்சிறைத் தும்பி.'

சிவாஜி கணேசன், நாகேஷ், ஏ.பி. நாகராஜன் உதவியால், இந்தப் பாடல் இன்றைக்கு எல்லாருக்கும் தெரியும். தருமியின் பல வசனங்கள் இப்போதும் மேடைகளில், இணையத்தில், மீம்களில் பேசப்படுகின்றன.

அதே பாடலில்தான், 'தேர்தல்' என்ற அழகிய சொல்லின் வேர் உள்ளது.

'வேர்ச்சொல்' என்ற பதமே அழகானதுதான். ஒரு சொல்லை மரமாகப் பார்க்காமல், அதன் வேர் என்ன என்று (பிடுங்காமல்) பார்த்து மகிழ்வது. அந்தவிதத்தில், 'தேர்தல்' என்ற சொல்லின் வேர், 'தேர்'.

திருவிழாத் தேர் அல்ல, அது பெயர்ச்சொல், இந்தத் 'தேர்' வினைச்சொல், இதன் பொருள், பலவற்றைப் பார்த்து, அவற்றில் ஒன்றைமட்டும் எடுப்பது.

ஆக, தேர்ந்தெடுப்பது, தேர்ந்து எடுப்பதுதான் தேர்தல். பல

வேட்பாளர்களை ஆராய்ந்து, அவர்களில் யார் சிறந்தவர் என்று ஒருவரை மட்டும் தேர்ந்தெடுத்தல், பல கட்சிகளை ஆராய்ந்து, அவற்றில் ஒன்றைத் தேர்ந்தெடுத்து ஆட்சிபுரியச்செய்தல்.

'கொங்குதேர் வாழ்க்கை அம்சிறைத் தும்பி' என்றால் என்ன பொருள்?

'கொங்கு' என்றால் தேன், 'கொங்குதேர் வாழ்க்கை' என்றால், பூக்களில் உள்ள தேனைச் சுவைத்துப்பார்த்து எந்தத் தேன் சிறந்தது என்று தீர்மானிப்பது.

உண்மையில் தும்பி என்ன செய்கிறது? இந்தப் பூவிலிருந்து அந்தப் பூ, அங்கிருந்து இன்னொரு பூ என்று தாவுகிறது. அதைப் பார்த்து, 'எந்தத் தேன் சிறந்தது என்று தீர்மானிப்பதற்காகப் பூப்பூவாகத் தாவுகிற தும்பியே' என்று அழகாக வர்ணிக்கிறார் கவிஞர்!

குறுந்தொகையில் இடம்பெற்ற பாடல் இது, எழுதியவர் இறையனார்!

'தும்பி' என்ற பெயருக்கு முன்னால் வரும் 'அம்சிறை' என்பது வர்ணனை, அதற்கு, அழகிய சிறகுகள் என்று பொருள்!

அதன்பிறகு வருகிற மீதிப்பாடலுக்கும் தேர்தலுக்கும் சம்பந்தம் இல்லை என்பதால், இதோடு நிறுத்திக்கொள்வோம். ஆர்வமுள்ளவர்கள் தேடிப் படித்துக்கொள்ளலாம்!

3. குடவோலைமுறை

இன்றைக்கு மின்னணுக்கருவியை அழுத்தி நம்முடைய வாக்கைப் பதிவுசெய்கிறோம். இதற்குமுன்னால் வாக்குச்சீட்டுகள் நடைமுறையில் இருந்தன. அதற்குமுன்னால்?

அகநானூறில் மருதனிளநாகனார் என்ற புலவர் எழுதிய பாடலில் ஒரு வரி:

> 'கயிறுபிணி குழிசி ஓலை கொண்மார்
> பொறிகண்டு அழிக்கும் ஆவண மாக்களின்...'

குழிசி என்றால் குடம், கயிறுபிணி குழிசி என்றால், கயிறால் கட்டப்பட்ட குடம், அதற்குள் ஓலை இருக்கிறது, அதை எடுப்பதற்காக, அந்தக் குடத்தின்மேல் உள்ள பொறியை, அதாவது முத்திரையைக் கண்டு அழிக்கிறார்கள். யார்? ஆவண மாக்கள்.

ஆவணம் என்றால் முக்கியமான காகிதம்/ *Document* என்று இன்றைக்கும் பயன்படுத்துகிறோம். 'ஆவண மாக்கள்' என்றால், முக்கியக் காகிதங்களை அலசுகிறவர்கள், பாதுகாக்கிறவர்கள்.

அன்றைக்குக் காகிதம் கிடையாது, ஓலைதான் ஆவணம், ஆகவே, அவர்கள் கயிற்றால் கட்டப்பட்டு, மேலே முத்திரை இடப்பட்ட ஒரு குடத்தைத் திறந்து அதற்குள் ஓலையைத் தேடுகிறார்கள், அதுதான் அன்றைய தேர்தல்.

இதனைக் 'குடவோலைமுறை' என்பார்கள். ஒரு குறிப்பிட்ட பகுதியில் ஒரு குறிப்பிட்ட பொறுப்புக்கு வர விரும்பும் அனைவருடைய பெயரும் ஓலையில் எழுதி ஒரு குடத்துக்குள் போடப்படும், அது ஒரு பொதுவிடத்துக்குக் கொண்டுவரப்படும், அங்கே அந்தக் குடத்தைத் திறந்து, ஓர் ஓலையை எடுத்துப் படிப்பார்கள், அவர்களே அந்தப் பொறுப்புக்குத் தேர்ந்தெடுக்கப்படுவார்கள். அதுதான் குடவோலைமுறை.

அது சரி, இந்தப் பணியைச் செய்கிறவர்களை 'ஆவண மக்கள்' என்றல்லவா குறிப்பிடவேண்டும்? ஏன் 'ஆவண மாக்கள்' என்று எழுதுகிறார்கள்? 'மாக்கள்' என்றால் விலங்குகள் என்றல்லவா பொருள்?

'மாக்கள்' என்றால் விலங்குகள் என்றும் பொருளுண்டு, மனிதர்கள் என்றும் பொருளுண்டு. இதற்குச் சான்றாக ஒரு கம்பர் வரி:

> 'மண்ணிடை மாக்கள்,
> கடல்கண்டோம் என்பர்,
> யாவரே முடிவுஉறக்கண்டார்?'

மண்ணில் வாழ்கிற மக்கள் "கடலைப் பார்த்துவிட்டோம்' என்பார்கள், அதனை முழுமையாகப் பார்த்தவர்கள் யார்?

4. தொகுதி

பழம் என்பது பொதுப்பெயர், வாழைப்பழம், பலாப்பழம் என்பவை அதிலிருந்து வரும் சிறப்புப்பெயர்கள்.

அதுபோல, தொகுதி என்பது பொதுப்பெயர், பாராளுமன்றத் தொகுதி, சட்டமன்றத்தொகுதி என்பவை அதிலிருந்து வரும் சிறப்புப்பெயர்கள்.

'தொகுதி'யின் வேர்ச்சொல், 'தொகு' என்பது. தொகுக்கப்பட்டது தொகுதியாகிறது.

திருவாசகத்தில் மாணிக்கவாசகர் பாடுகிறார்:

> '...வினையின் தொகுதி
> ஹறுத்து எனை ஆண்டுகொள், உத்தரகோசமங்கைக்கரசே'

அதாவது, நான் இதுவரை செய்திருக்கிற வினைகளின் தொகுப்பை அழித்து என்னை ஆண்டுகொள் என்று சிவபெருமானைக் கேட்கிறார். வினைகளின் தொகுப்பு, வினைத்தொகுதி!

அதுபோல, ஊர்கள் தொகுக்கப்பட்டு, தொகுதியாகின்றன,

அங்கே நடக்கும் தேர்தலில் வெல்பவர் சட்டமன்றத்தின் உறுப்பினராவதால், அதனைச் 'சட்டமன்றத் தொகுதி' என்கிறோம். அதாவது, சட்டமன்றப் பிரதிநிதியைத் தேர்ந்தெடுப்பதற்கான ஊர்த்தொகுப்பு.

தொகுதி என்பது, ஒரு நிலையில் நின்றுவிடுவதில்லை, தொகுதிகள் மீண்டும் தொகுக்கப்படலாம், அதுவும் தொகுதிதான், சற்றே பெரிய தொகுதி.

உதாரணமாக, சட்டமன்றத்தொகுதிகள் தொகுக்கப்பட்டு, இன்னும் பெரிய தொகுப்புகள் உருவாகின்றன, இவற்றைப் 'பாராளுமன்றத்தொகுதி' என்கிறோம்.

சில நேரங்களில் ஒரே விஷயம் வெவ்வேறு தொகுதிகளில்கூட இடம்பெறலாம். உதாரணமாக, தவளை 'நீர் வாழ்வனவற்றின் தொகுதி'யிலும், 'நிலம் வாழ்வனவற்றின் தொகுதி'யிலும் இடம்பெறக்கூடும்.

'தொகுதி' என்ற சொல்லை இன்னும் பலவிதங்களில் பார்க்கிறோம். உதாரணமாக, பாரதியார் கவிதைகளை நூலாக வெளியிடுகிற ஒரு பதிப்பகம், அதனைத் தொகுதி 1: தேசியப்பாடல்கள், தொகுதி 2: பக்திப்பாடல்கள் என்பதுபோல் பல தொகுதிகளாகத் தொகுத்து வெளியிடலாம்.

இப்படித் தொகுக்கப்படுகிற எவற்றுக்கும் இச்சொல்லைப் பயன்படுத்தலாம், உதாரணமாக, ஆட்டுத்தொகுதி என்றால், கூட்டமாக நிற்பதைக் குறிப்பிடும் சொல்!

இதோ, இந்தக் கட்டுரைகூட, சொற்தொகுதிதான்!

5. வேட்பாளர்

சென்ற ஆண்டு திருப்பூரில் 'மனைவி நல வேட்பு நாள் விழா' என ஒன்று நடைபெற்றது.

தேர்தலில் போட்டியிடுகிறவர்கள் 'வேட்பு மனு'வைச் சமர்ப்பிப்பார்கள், அது தெரியும், அதென்ன 'மனைவி நல வேட்பு'?

'வேட்பு' அல்லது 'வேட்டல்' என்றால், ஒன்றை விரும்புதல்/ வேண்டுதல் என்று பொருள். இது 'வேள்' என்ற சொல்லிலிருந்து வந்தது. அதன் பொருள், 'விருப்பம்'.

தாகமாக இருப்பதை 'நீர்வேட்கை' என்பார்களே, அந்தச் சொல் இதிலிருந்து வந்ததுதான்.

அதேபோல், வேள்வி என்றால், ஒன்றை விரும்பிச் செய்வது, வேடன் என்றால், ஒன்றை விரும்பிச் சென்று பிடிக்கிறவன். இந்தச் சொற்களும் இதே குடும்பம்தான்.

ஆக, மனைவி நல வேட்பு நாள் என்றால், மனைவியின் நலத்தை விரும்பும் நாள் என்று பொருள். அந்தக் கருத்தில்தான் திருப்பூரில் அவ்விழா நடைபெற்றது.

அப்படியானால் 'வேட்பு மனு' என்பது என்ன? எதையோ விரும்பி மனுப்போடுவதுதான்!

ஒருவர் தேர்தலில் ஏன் நிற்கிறார்?

குறிப்பிட்ட தொகுதியின் மக்கள் பிரதிநிதியாகச் செயல்பட வேண்டும் என்று அவர் 'விரும்பு'கிறார், அல்லது, அந்தப் பதவி/பொறுப்பின்மீது வேட்கை கொள்கிறார், ஆகவே, அவர் 'வேட்பாளர்'.

ஆரம்பத்தில் இப்படித் தேர்தலில் நிற்கிறவர்களை 'அபேட்சகர்' என்று வடமொழியில்தான் குறிப்பிட்டுக் கொண்டிருந்தார்கள். திராவிட இயக்கம் தேர்தலில் ஈடுபடத்தொடங்கிய நேரத்தில்தான் 'வேட்பாளர்' என்ற அழகிய தமிழ்ச்சொல் புழக்கத்துக்கு வந்தது.

இந்தச் சொல்லைத் தேர்தலுக்கு வெளியிலும் பயன்படுத்தலாம், ஓர் அலுவலகத்தில் ஒரு வேலைக்குச் சேர விரும்பி விண்ணப்பம் போடுகிற ஒருவர்கூட, 'வேட்பாளர்'தான்!

6. வாக்கு

*ச*மீபத்தில் நண்பர்களிடம் பேசிக்கொண்டிருக்கும்போது, 'ஓட்டு என்பது தமிழ்ச்சொல் இல்லை என்றால் யார் நம்புவார்கள்?' என்றேன்.

கேட்டுக்கொண்டிருந்த பலருக்கு அதிர்ச்சி, 'ஓட்டு தமிழ்ச் சொல்தானே? ஓட்டுப்போடுங்கள் என்று சொல்கிறோமே, ஓட்டுக் கேட்டுவருகிறார்கள் என்கிறோமே, ஓட்டுப்பதிவு நடந்தது என்கிறோமே' என்றார்கள்.

'ஓட்டு' என்பது ஒருவிதத்தில் தமிழ்ச்சொல்தான், 'வாகனத்தை ஓட்டு' என்று சொன்னால், அது தமிழ்ச்சொல், 'ஓட்டு வீடு' என்று சொன்னால் அது தமிழ்ச்சொல். ஆனால், 'ஓட்டுப்போடு' என்றால், அது தமிழ்ச்சொல் அல்ல, *Vote* என்ற ஆங்கிலச் சொல்லைத்தான் உகரம் சேர்த்து 'ஓட்டு' என்று அழைக்கிறோம்.

அதற்குப்பதிலாக, அதனை 'வாக்கு' என்று அழைக்கலாம். இதுவும் நன்கு புழக்கத்தில் உள்ள சொல்தான். வாக்காளர், வாக்குரிமை, வாக்குச்சாவடி, வாக்குப்பதிவு, வாக்கு எண்ணிக்கை, வாக்குச் சதவிகிதம் என்று அடுக்கிக்கொண்டே போகலாம்.

'வாக்' என்ற வடமொழிச் சொல்லிலிருந்து வருவது 'வாக்கு', இதற்குச் 'சொல்' என்று பொருள், அதாவது ஒருவர் சொல்லும் விஷயம்.

ஆக, 'வாக்குரிமை' என்றால் பேசுவதற்கான உரிமை, 'எனக்கு இவர்தான் பிரதிநிதியாக வேண்டும்' என்று சொல்வதற்கான உரிமை.

இப்படி ஊரில் எல்லாரும் சத்தம்போட்டுச் சொன்னால் குழப்பமாகிவிடும். ஆகவே, முன்பு வாக்குச்சீட்டைப் பயன்படுத்தினோம், அதாவது, தங்கள் பிரதிநிதி யார் என்கிற கருத்தைப் பதிவு செய்கிற துண்டுச்சீட்டு.

இப்போது, வாக்குப்பதிவு இயந்திரத்தைப் பயன்படுத்துகிறோம், வாயால் சொல்லாமல், விரலால் தொட்டு வாக்கைப் பதிவுசெய்கிறோம்.

ஒரு குறிப்பிட்ட பொறுப்பை வேட்பவர் வேட்பாளர் என்று ஆனதுபோல், இவர் வாக்கு இடுபவர், ஆகவே, வாக்காளர்.

'வாக்கு' என்ற சொல்லை வைத்துப் பிறந்த இன்னொரு சுவையான சொல், 'செல்வாக்கு.'

'அவருக்கு ஊரில் நிறைய செல்வாக்கு' என்றால், அவருடைய வாக்கு, எங்கும் செல்லக்கூடியது என்று பொருள், அதாவது, செல்வாக்கு, செல்லுகின்ற வாக்கு, அவர் சொன்னால் எல்லாரும் கேட்பார்கள்!

7. கட்சி

ஒரு கட்சி உடைந்துவிட்டது என்று நேற்று ஊரெல்லாம் கலாட்டா.

'கட்சி' என்ற சொல்லே பெரிய கலாட்டாவுக்குரியதுதான். அது தமிழா, வடமொழியிலிருந்து வந்ததா என்று இன்றுவரை விவாதம் தொடர்கிறது.

'ககூஷி' என்பதுதான் இதற்கு இணையான வடமொழிச்சொல், அங்கிருந்துதான் 'கட்சி' என்ற சொல் வந்தது என்கிறார்கள். இதன் பொருள்: ஒருதரப்பு அல்லது ஒருபிரிவு.

உதாரணமாக, வகுப்பில் ஒரு விவாதம் நடைபெறுகிறது, சில மாணவர்கள் இயற்கைதான் சிறந்தது என்று பேசுகிறார்கள், சிலர் செயற்கைதான் சிறந்தது என்று பேசுகிறார்கள். இவர்கள் இரு கட்சிகளாகப் பிரிந்துள்ளார்கள்: இயற்கைக்கட்சி, செயற்கைக்கட்சி.

அரசியல் கட்சியும் இதேமாதிரிதான். காங்கிரஸ் கட்சி, பாரதிய ஜனதாக்கட்சி, கம்யூனிஸ்ட் கட்சி... இப்படி.

இந்தச் சொல் இந்தப் பொருளில் வடமொழியிலிருந்து வந்திருப்பினும், 'கட்சி' என்ற சொல் தமிழிலும் உள்ளது, சங்க இலக்கியங்களிலேயே அதைப் பார்க்கலாம்.

'கலவ மஞ்ஞை கட்சியின் தளரினும்' என்பது மலைபடுகடாமில் வருகிறது. எழுதியவர் பெருங்குன்றூர்ப் பெருங்கௌசிகனார்.

இதன் பொருள், காட்டிலே தோகை மயில் ஆடுகிறது, அந்த ஆட்டத்தாலும், தோகையின் கனத்தாலும் அது தளர்ந்துநிற்கிறது.

இங்கே கட்சி என்ற சொல்லின் பொருள், காடு!

புறநானூறிலும் 'கட்சி' வருகிறது, கபிலர் எழுதிய ஒரு பாடலில்:

> 'வெட்சிக் கானத்து வேட்டுவர் ஆட்டக்
> கட்சி காணாக் கடமா நல்ஏறு.'

வெட்சிக்காட்டிலே ஓர் எருது, அதை வேடர்கள் துரத்துகிறார்கள், எங்கே சென்று உயிர்பிழைப்பது என்று தெரியாமல் அது தவிக்கிறது.

இங்கே கட்சி என்ற சொல்லின் பொருள், புகலிடம்!

ஆக, கட்சி என்ற சொல் தமிழில் ஏற்கெனவே இருந்திருக்கிறது. ஆனால், இன்றைக்கு அரசியல் கட்சியைக் குறிப்பிடுகிற சொல்லும் இதுவும் ஒன்றல்ல.

தமிழ்க் கட்சி வேறு (காடு, புகலிடம்), வடமொழிக் ககூஷி/ கட்சி வேறு (பிரிவு).

அதனால்தான், தமிழகத்தில் உருவான 'கட்சி'களின் பெயர்களில் 'கட்சி' என்ற சொல்லை அதிகம் காண இயலாது. அவர்கள் அதற்கு இணையாகக் கழகம்/ இயக்கம்/ அமைப்பு போன்ற தமிழ்ச்சொற்களைப் பயன்படுத்துகிறார்கள்.

8. கழகம்

கோசலநாட்டை வர்ணிக்கும் கம்பன் பாடல்களில் ஒரு வரி:

'மயில் ஊர்

கந்தனை அனையவர் கலைதெரிகழகம்'

அதாவது, கோசல நாட்டிலிருந்த இளைஞர்கள் மயிலிலே ஊர்ந்துவருகிற முருகனைப்போல் அழகாக இருந்தார்கள், அவர்கள் ஒன்றுகூடிக் கலைகளைக் கற்றுக்கொள்கிற கழகம் ஒன்று அங்கே இருந்தது.

கம்பர் சொல்கிற 'கலைதெரிகழகம்' என்னவென்று தெரிகிறதா? 'பல்கலைக்கழகம்'தான்.

'கழகம்' என்றால் என்ன பொருள்?

கூடும் இடம் என்று இதற்குச் சுருக்கமாகப் பொருள் சொல்கிறார் தேவநேயப்பாவாணர். இதை இன்னும் தெளிவாகப் புரியவைப்பதற்காக, மேலும் சில சொற்களை வைத்து மிக அழகாக விளக்குகிறார்.

முதலில், குழு, சிலர் சேர்ந்த கூட்டம்.

அடுத்து, குழூஉ, இது குழுவைவிடப் பெரிய கூட்டம்.

மூன்றாவதாக, குழாம், நண்பர்குழாம், பெண்கள்குழாம் என்று பழைய கதைகளில் வாசித்திருக்கலாம். இது குழூஉ என்பதைவிடப் பெரிய கூட்டம்.

நான்காவதாக, குழுமம், இதனை இப்போது *Group Of Companies* என்ற பொருளில் பயன்படுத்துகிறோம். இது குழாமைவிடப் பெரியது.

இந்தக் குழுமத்துக்கு இணையான கூட்டம் அல்லது கூடும் இடம்தான் கழகம். ஆரம்பத்தில் எல்லாருடைய கூட்டத்தையும் குறித்துக்கொண்டிருந்தது, பின்னர் கற்றவர்கள் கூடும் நிலையான சபையைக் குறிக்கத்தொடங்கியது. இப்போது, அதே பொருளில் கட்சிகளின் பெயரிலும் இடம்பெற்றுள்ளது.

அப்படியானால், 'நல்லதொரு குடும்பம், பல்கலைக்கழகம்' என்று கண்ணதாசன் எழுதினாரே!

பல கலைகளைக் கற்றவர்களின் சங்கமம்தான் நல்ல குடும்பம், சரிதானே!

9. இயக்கம்

தமிழ்ச் சொற்களைப் பகுபதம், பகாப்பதம் என்று வகைப்படுத்துவார்கள்.

பகுத்தல் என்றால் பிரித்தல், பகுபதம் என்றால் பகுக்கக்கூடிய, அதாவது, பிரிக்கக்கூடிய சொல், பகாப்பதம் என்றால் பிரிக்க இயலாத சொல்.

வேடிக்கையாகச் சொல்வதென்றால், பகுபதம் என்பது, காப்பிமாதிரி, அதைக் குடிக்கும்போது ஒரே திரவமாகத் தெரிந்தாலும், அதற்குள் இருப்பது பால், டிகாஷன், சர்க்கரை என்று பகுத்துச் சொல்லிவிடலாம்.

ஆனால், பகாப்பதம் இளநீர் மாதிரி, அப்படியே குடிக்க வேண்டியதுதான், பிரித்துப்பார்க்க இயலாது.

உடனே, இளநீரில் என்னென்ன வேதிப்பொருள்கள் இருக்கின்றன என்று யோசிக்காதீர்கள். இதையெல்லாம் அனுபவிக்கவேண்டும், ஆராயக்கூடாது!

'இயக்கம்' என்பது, அரசியல் கட்சிகள் அல்லது கழகங்கள்

பயன்படுத்துகிற இன்னொரு சொல், இதுவொரு பகுபதம், இதனை இயக்கு + அம் என்று பிரிக்கலாம்.

இதில் 'இயக்கு' என்பது ஒரு வினைச்சொல், அதோடு 'அம்' என்ற விகுதி சேர்கிறது. இயங்கிக்கொண்டிருக்கும் ஓர் அமைப்பு என்ற பொருளைத்தருகிறது.

இதேபோல், மயக்குதல் என்ற வினைச்சொல்லுடன் 'அம்' விகுதியைச் சேர்த்தால், மயக்கம், குழப்புதலுடன் 'அம்' சேர்த்தால், குழப்பம். தயங்குதலுடன் 'அம்' சேர்த்தால் தயக்கம், கிறங்குதலுடன் 'அம்' சேர்த்தால் கிறக்கம். உறங்குதலுடன் 'அம்' சேர்த்தால் உறக்கம்.

கண்ணுக்குத்தெரிகிற பொருள்களிலும் 'அம்' விகுதி உண்டு. உதாரணமாக, வளைதல் என்ற வினைச்சொல்லுடன் 'அம்' சேர்த்தால், வளையம்!

இப்படி வினைச்சொற்களுடன் 'அம்' விகுதி சேர்ந்து பல சொற்கள் உருவாகியுள்ளன, புதியனவற்றையும் உருவாக்கலாம்.

அப்படிச் சில ஆண்டுகளுக்குமுன் உண்டாகி, இப்போது பரவலாகப் பயன்படுத்தப்படுகிற புதுச்சொல், இணையம். கணினிகளை, அவற்றைப் பயன்படுத்துவோரை இணைப்பதுதானே அது!

10. தலைவர்

'கவிதாயினி' என்ற சொல்லொன்று இலக்கிய வட்டாரங்களில் பரவலாகப் பயன்படுத்தப்படுகிறது. 'கவிஞர்' என்பதன் பெண்பால் அது.

உண்மையில், 'கவிஞர்' என்றாலே கவிதை எழுதுகிறவர் என்றுதான் பொருள், அது பொதுவான சொல், ஆணையும் குறிக்கும், பெண்ணையும் குறிக்கும். 'கவிஞன்' என்று எழுதினால்தான் ஆண்.

அதேபோல், 'மாணவர்' என்றால், ஆணாகவும் இருக்கலாம் பெண்ணாகவும் இருக்கலாம், ஆணைமட்டும் குறிப்பிடவேண்டுமென்றால், 'மாணவன்' என்று எழுதவேண்டும், பெண்ணைமட்டும் குறிப்பிடவேண்டுமென்றால் 'மாணவி' என்று எழுதவேண்டும்.

அரசியல் கட்சிகளின் தலைவர், ஆணாகவும் இருக்கலாம், பெண்ணாகவும் இருக்கலாம், அதைப் பிரித்துக்காட்டவேண்டும் என்றால், தலைவன்/ தலைவி என்ற சொற்களைப் பயன்படுத்தலாம்.

கவிஞர், மாணவர், தலைவர் என்ற சொற்களின் நிறைவில் வரும் 'அர்' விகுதி, மரியாதையைக்குறிக்கிறது. இதேபோல் ஆசிரியர், வீரர், ஓவியர் என்று பல சொற்களைக் குறிப்பிடலாம்.

'அர்' விகுதிக்கு இன்னொரு முக்கியமான பயன்பாடும் உண்டு: பன்மை.

அதாவது, மாணவர் என்றால், ஒரே ஒரு மாணவனை அல்லது மாணவியை மரியாதையாகவும் குறிப்பிடலாம்; அல்லது பல மாணவர்களையும் குறிப்பிடலாம். உதாரணமாக:

மாணவர் ரமேஷுக்குப் பரிசு கிடைத்தது.

மாணவர் ஒற்றுமை வெல்க.

இங்கே முதல் வாக்கியத்தில் 'மாணவர்' என்பது ஒருமை, அடுத்த வாக்கியத்தில் பன்மை.

'தலைவர்' என்ற சொல், 'தலைமை' என்ற பண்பிலிருந்து வந்திருக்கிறது, பலரைத் தலைமைதாங்கி வழிநடத்திச் செல்பவர் என்று அதற்குப் பொருள்.

நம் உடலுக்குத் தலைதான் முதன்மை, அதுபோல, ஒரு கட்சிக்கு, அல்லது இயக்கத்துக்குத் தலைவர்தான் முதன்மை, அவரது வழிகாட்டுதலின்படி மற்ற உறுப்புகள், அதாவது, மற்ற கட்சி உறுப்பினர்கள் நடப்பார்கள்.

நவீன கார்ப்பரேட் அலுவலகங்களில் *Hierarchical Structure* என்று வரைந்துவைத்திருப்பார்கள், அதைப் பார்ப்பதற்கு ஒரு மனிதனின் குச்சிக்கோட்டுப் படம்போலவே இருக்கும். அதன் உச்சியில், தலை இருக்கவேண்டிய இடத்தில் தலைவர் பெயர் இருக்கும்.

'தல' என்று ஒரு நடிகரைச் செல்லமாக அழைக்கிறார்கள், 'தலை'யின் சிதைந்த வடிவம் அது. 'ஐ' என்ற எழுத்து, பேச்சில் 'அ' என்று மாறுவது சகஜம், 'ஐந்து' என்பதை 'அஞ்சு' என அழைக்கிறோமல்லவா, அதுபோல!

11. துணைத்தலைவர்

தலைவர் தேர்தல் பணிகளில் சுறுசுறுப்பாகிவிட்டார். அவருக்குப் பதிலாக துணைத்தலைவரோ இணைத்தலைவரோ உங்களைச் சந்திப்பார்கள்.

இரண்டுக்கும் என்ன வித்தியாசம்?

ஆங்கிலத்தில் சொன்னால் சட்டென்று புரிந்துவிடும். துணைத்தலைவர் என்றால் *assistant*, இணைத்தலைவர் என்றால் *additional*.

Assistant என்றால் எடுபிடி என்று நினைத்துவிடக்கூடாது, தலைவரின் பணிகளுக்கு *assist* செய்பவர், உதவுபவர், துணைநிற்பவர். ஆகவே அவர் துணைத்தலைவர்.

Additional என்றால், கூடுதல் என்று பொருள். அதாவது, தலைவருக்கு இணையானவர், ஆகவே, அவர் இணைத்தலைவர்.

'துணை' என்ற சொல்லைக்கொண்டு 'துணைவர்', 'துணைவன்', 'துணைவி', 'வாழ்க்கைத் துணை' என்ற பதங்கள் உருவாக்கப்பட்டன, இதேபோல் 'இணை'யிலிருந்து 'இணையர்' என்ற பதம் வந்திருக்கிறது, இவையெல்லாம் பெரும்பாலும்

கணவன்/ மனைவி போன்ற உறவுகளைக் குறிப்பிடப் பயன்படுத்தப்படுகின்றன.

ஆனால், 'துணை'யை அப்படி ஒரு வட்டத்துக்குள் சுருக்க வேண்டியதில்லை. துணை ஆசிரியர், துணைப் பேராசிரியர், துணை வேந்தர், துணை முதல்வர், துணை ஜனாதிபதி, துணை ஆணையர், துணை ஆய்வாளர் என்று பல இடங்களில் இதனைப் பயன்படுத்துகிறோம்.

இதேபோல், ஆறுகளிலிருந்து உருவாகும் கிளைகளைத் 'துணையாறுகள்' என்பார்கள். எங்கேயாவது ஊருக்குச் செல்லும்போது உடன் வருபவரை 'வழித்துணை' என்பார்கள். வழக்கமான பாடத்தோடு கூடுதலாக வாசிக்கும் நூல்களைத் 'துணைப்பாடம்' என்பார்கள்.

திருக்குறளில் 'பெரியாரைத் துணைக்கோடல்' என்று ஓர் அதிகாரம் உண்டு, இந்த அழகிய சொற்றொடரின் பொருள், பெரியவர்களைத் துணையாகக்கொள்ளுதல்!

இந்தச் சொல்லைப் பயன்படுத்தும் ஓர் அழகிய பழமொழியும் உண்டு, 'திக்கற்றவர்க்குத் தெய்வமே துணை'. அதாவது, எந்தத் திசையில் செல்வது என்று தெரியாமல் திகைத்து நிற்பவர்களுக்கு, தெய்வம் கைகொடுத்து உதவும்!

கைகொடுக்கும் துணைமட்டுமல்ல, கால் கொடுக்கும் துணையும் உண்டு!

நீங்கள் 'துணைக்கால்' என்ற இனிய சொல்லைப் பயன்படுத்துவதுண்டா? 'கா' என்று எழுதும்போது, 'க'க்கு அருகே உள்ள துணையெழுத்து இருக்கிறதே, அதைக் 'கால்' என்பார்கள், இன்றைக்கும் குழந்தைகளுக்குத் தமிழ் எழுதக் கற்றுத்தரும்போது, 'க போட்டுப் பக்கத்துல கால் வாங்கணும்' என்று சொல்கிறோம்.

'கால்' என்ற இந்தக் குறியீடு, 'க'வைக் 'கா' என்று மாற்றி, அது சரியாகக் குறிப்பிடப்படத் துணைபுரிகிறது. ஆகவே, அதனைத் 'துணைக்கால்' என்பார்கள்!

12. செயலாளர்

'அர்' விகுதிபற்றி ஏற்கெனவே பார்த்திருக்கிறோம். அதன்படி, ஒரு கட்சி அல்லது அமைப்பின் செயல் விவகாரங்களைக் கவனிக்கிறவரைச் செயல் + அர் = செயலர் என்று அழைக்கலாம்.

ஆனால், உண்மையில் அந்தப் பொறுப்பில் உள்ளவரைச் 'செயலாளர்' என்றல்லவா அழைக்கிறோம்? இது ஏன்?

செயலாளர் என்பது செயல் + ஆளர் என்று பிரியும், இதில் ஆளர் என்பதை மீண்டும் பிரித்தால் ஆள் + அர் என்றாகும், ஆகவே, செயலைப் புரிகிற ஆள் என்பதுதான் பொருள்.

ஆக, செயலர், செயலாளர் இரண்டும் ஒன்றுதான்.

ஆளர் என்ற விகுதியை நாம் பல இடங்களில் காண்கிறோம், எழுத்தாளர், உழைப்பாளர், தொழிலாளர், விரிவுரையாளர், அமைப்பாளர், பயிற்சியாளர், தொகுப்பாளர்...

இப்படி நாம் அதிகம் பயன்படுத்துகிற காரணத்தால், இதுவொரு புதிய பயன்பாட்டைப்போல் தோன்றலாம். ஆனால்

உண்மையில் இது பழைய பயன்பாடுதான். திருஞானசம்பந்தர் எழுதுகிறார்:

'எரிஆர்வேல் கடல்தானை இலங்கைக்கோன்தனை வீழ
முரிஆர்ந்த தடந்தோள்கள் அடர்ந்து உகந்த முதலாளர்.'

நெருப்புபோன்ற வேலைக்கொண்ட கடற்படையைக்கொண்டவன் இலங்கை அரசன் ராவணன், ஆனால் அவன் கர்வம்கொண்டு சிவனுடைய கயிலாயமலையைத் தூக்க முயன்றபோது, தடுமாறி விழுந்தான், தன்னுடைய ஒற்றை விரலால் அவனுடைய வலிமையான, பெரிய தோள்களை நெரித்தார் சிவபெருமான், பிறகு, அவன் பாடிய சாமகானத்தைக் கேட்டு அவனுக்கு அருள்செய்தார் அந்த முதலாளர்.

இங்கே முதலாளர் என்பது, முதல் + ஆளர் என்று பிரிகிறது, அனைத்துக்கும் முதலானவர் என்பதால், அவரை 'முதலாளர்' என்கிறார் ஞானசம்பந்தர்.

'முதலாளி' என்பதும் கிட்டத்தட்ட இதேமாதிரி சொல்தான், முதல் + ஆளி. ஆனால் அங்கே 'முதல்'க்கு அர்த்தம் வேறு, தொழிலில் செய்யப்பட்ட முதலீடு, *capital investment*ஐக் குறிக்கிறது. அதை ஆள்பவர் என்பதால் அவர் முதலாளி!

13. பொருளாளர்

செயலை ஆள்பவர் செயலாளர் எனில், பொருளை ஆள்பவர் பொருளாளர். அதாவது, ஓர் இயக்கத்தின் பணவரவு, செலவு போன்ற விவரங்களைக் கவனித்துக்கொள்கிறவர்.

ஆனால், 'பொருள்' என்பதன் பொருள், காசு, துட்டு, பணம், *Money*தானா?

அறிவியலைப் பொறுத்தவரை, இந்த உலகமே பொருளால் ஆனதுதான். அங்கே ஓர் இடத்தை நிரப்பும் எதுவும் பொருள்தான். அதாவது, பேனா, பென்சில், பொம்மை, தோசை, இட்லி என்று கண்ணுக்குத் தெரியக்கூடிய, கையால் தொடக்கூடியவைமட்டும் பொருள்கள் அல்ல, நமக்குத் தென்படாத, ஆனால் ஓர் இடத்தை நிரப்பிக்கொண்டிருக்கிற எதுவும் பொருளே. இவற்றைப் பருப்பொருள் என்பார்கள். திடப்பொருள், திரவப்பொருள், வாயுப்பொருள் என்று பிரிப்பார்கள்.

ஆன்மிகத்தில் மெய்ப்பொருள் உண்டு. திருமழிசையாழ்வார் பாசுரமொன்று:

'ஞாலத்து
ஒருபொருளை, வானவர்தம் மெய்ப்பொருளை...'

இந்த உலகத்திற்கே சிறந்த பொருள், வானவர்கள் வணங்குகிற மெய்ப்பொருள் என்று தெய்வத்தைக் குறிப்பிடுகிறார். இங்கே 'பொருள்' என்ற சொல், அதற்குரிய அறிவியல் விளக்கத்தைக் கடந்துநிற்கிறது. சுற்றி எத்துணைப் பொருள்கள் இருப்பினும், தெய்வம்தான் மெய்யான பொருள், தெய்வத்தை அறிவதுதான் மெய்யறிவு.

அப்படியானால், மற்ற பொருள்களெல்லாம் பொய்யா, மற்ற அறிவுகளெல்லாம் பொய்யா என்கிற தத்துவ விவாதத்துக்கு இப்போது நேரமில்லை, பொருளின் மற்ற விளக்கங்களுக்கு வருவோம்.

அகராதியை எடுத்தால், ஒருபக்கம் சொல், இன்னொருபக்கம் பொருள் என்று அடுக்கியிருக்கிறார்கள். அங்கே பொருள் என்றால், ஒரு சொல்லின் விளக்கம், *Meaning*.

ஆனால், அகராதி சொல்கிற விளக்கத்தையோ, அக்கம்பக்கத்திலிருக்கிறவர்கள் சொல்கிற விளக்கத்தையோ நம்பிவிடாதீர்கள், உண்மையான பொருளைச் சிந்தித்து அறியுங்கள் என்கிறார் வள்ளுவர்:

எப்பொருள் யார்யார்வாய்க் கேட்பினும், அப்பொருள்
மெய்ப்பொருள் காண்பது அறிவு

தொல்காப்பியத்தில் பொருளதிகாரம் என்று ஒரு தனிப்பகுதியே இருக்கிறது. அங்கே பொருள் என்றால், வாழ்க்கைப்பொருள், தமிழர்களின் வாழ்க்கைமுறையை விவரிக்கும் பகுதி அது.

'அவன் என்னைப் பொருட்படுத்தவே இல்லை' என்று பேச்சுவழக்கில் இன்றும் பயன்படுத்துகிறோம், இங்கே 'பொருட்படுத்தல்' என்பது, 'பொருள்+படுத்தல்' என்பதன் சேர்க்கை. அதாவது, ஒரு பொருளாகக் கருதுதல், மதித்தல் என்று பொருள்.

இதையே 'அவன் என்னை ஒரு பொருட்டாக மதிக்கவே இல்லை' என்றும் சொல்லக்கேட்கிறோம். இங்கே 'பொருட்டு' என்ற சொல் 'பொருள்+து' என உருவாகிறது. பொருளாகக் கருதப்படுவது பொருட்டு.

இதேபோல் இன்னும் சில சொற்கள், புரட்டு (புரள்+து, புரட்டப்படுவது), உருட்டு (உருள்+து, உருட்டப்படுவது), சுருட்டு (சுருள்+து, சுருட்டப்படுவது), இருட்டு (இருள்+து, இருண்டிருப்பது).

தமிழ் சினிமா பார்க்கிறவர்களுக்குப் 'பொருள்' என்பதற்கு இன்னோர் அர்த்தமும் தெரிந்திருக்கும், யாராவது ஒரு ரௌடி 'பொருள் வெச்சிருக்கேன்' என்றால், ஆயுதம் வைத்திருக்கிறேன் என்று பொருளாம்!

14. தொண்டர்

சேக்கிழார் எழுதிய 'பெரியபுராணம்' எல்லாருக்கும் தெரியும். அதற்கு இன்னொரு பெயரும் உண்டு, தெரியுமா?

திருத்தொண்டர் புராணம்!

'தொண்டர்' என்ற சொல், தொண்டு+அர் என உருவாகிறது, தொண்டுசெய்கிறவர் என்று பொருள். ஆண், பெண் இருபாலருக்கும் பொருந்தும்.

சேக்கிழாரின் நூல் அறுபத்து மூன்று நாயன்மார்கள். அதாவது, சிவனுடைய தொண்டர்களின் கதையை விவரிக்கிறது. ஆகவே, 'தொண்டர்' என்ற சொல்லுடன் 'திரு' என்ற பெருமைக்குரிய சொல்லைச் சேர்த்து, அதனைத் 'திருத்தொண்டர் புராணம்' என்று அழைக்கிறார்கள்.

பக்தி இலக்கியங்களில் தொண்டர்களைப் போற்றும் பாடல்கள் ஏராளம். உதாரணமாக, ஔவையார் பாடிய 'தொண்டர்தம் பெருமை சொல்லவும் பெரிதே!' என்ற வரிகளைக் குறிப்பிடலாம்.

அது சரி, தொண்டு என்றால் என்ன?

ஒவ்வோராண்டும் +2 தேர்வில் முதல்மதிப்பெண் வாங்கும் மாணவர்கள், 'நாங்கள் மருத்துவர்களாகி மக்களுக்குச் சேவை செய்வோம்' என்கிறார்களே, அந்தச் 'சேவை'யைக் குறிப்பிடும் தூய தமிழ்ச்சொல்தான் தொண்டு.

அரசியல் கட்சிகளைப் பொறுத்தவரை, தலைவர், தொண்டர் என்ற வேறுபாடே கிடையாது. அதாவது, சொல்லளவில்.

காரணம், தொண்டர்கள் கட்சிக்குத் தொண்டுசெய்கிறார்கள், தலைவர்கள் மக்களுக்குத் தொண்டுசெய்கிறார்கள் (அல்லது, அப்படிச் சொல்கிறார்கள்). ஆகவே, தலைவரும் தொண்டரே!

'தொண்டு'க்கு இன்னொரு பொருளும் வழக்கத்தில் உள்ளது, 'தொண்டுகிழவர்' அல்லது 'தொண்டுகிழம்' என்ற சொல்லைக் கேள்விப்பட்டிருப்பீர்கள். 90 வயது தாண்டியவர்களை அப்படி அழைப்பார்கள் எனக் கவிஞர் முடியரசன் எழுதுகிறார்.

இதை வைத்து பேராசிரியர் சொ. சிங்காரவேலன் வழங்கிய ஒரு நயமான சொல்விளையாட்டு: 'தொண்டுகிழவர்' என்கிற தொடர் அப்பர் சுவாமிகளுக்குதான் மிகவும் பொருந்தும். சிவனுக்கும் அடியவர்களுக்கும் தொண்டுபுரிந்த கிழவர் அல்லவா அவர்!

15. உறுப்பினர்

கண், காது, மூக்கு, கை, கால் போன்றவற்றை 'உடலுறுப்புகள்' என்கிறோம். அதாவது, உடலின் பகுதிகள்.

அதேபோல், ஒரு கட்சியின் பகுதியாக இருக்கிறவர்களை 'உறுப்பினர்கள்' என்கிறோம். இது அரசியலுக்கு மட்டுமல்ல, குடும்ப உறுப்பினர்கள், குழு உறுப்பினர்கள் என்று பல இடங்களில் பயன்படுகிறது.

'உறுப்பு நாடுகள்' என்று ஒரு சொற்றொடரைச் செய்திகளில் வாசித்திருப்பீர்கள். அதாவது, ஒரு குறிப்பிட்ட குழுவில் இடம்பெற்றுள்ள நாடுகள் என்று பொருள். 'ஐக்கிய நாடுகள் சபையில் 192 உறுப்பு நாடுகள் உள்ளன' என்பதுபோல் எழுதலாம்.

உறுப்பு+இனர்=உறுப்பினர். இந்த 'இனர்'க்கு என்ன பொருள்?

இனம் என்ற சொல்லிலிருந்து வந்தது இச்சொல். இனத்தைச் சேர்ந்தவர் என்று பொருள்.

ஆக, உறுப்பினர் என்றால் ஓர் இயக்கத்தின் உறுப்பாக அமைபவர், குடும்பத்தினர் என்றால், குடும்பத்தின் உறுப்பினர்.

அங்கத்தினர் என்றால், குழுவின் ஓர் அங்கமாகத் திகழ்பவர். விருந்தினர் என்றால், விருந்தாக வந்தவர்... இப்படிப் பல இடங்களில் 'இனர்'ஐப் பார்க்கிறோம்.

அது சரி, உறுப்பு+இனர்=உறுப்பினர். அப்படியானால், குடும்பம்+இனர்=குடும்பமினர் என்றல்லவா வரவேண்டும்? அது எப்படிக் குடும்பத்தினர்' என்றானது?

தமிழில் மகர மெய்யில் (அதாவது 'ம்' என்ற எழுத்தில்) நிறைவடையும் சொற்களுடைய புணர்ச்சியில், அந்த 'ம்' காணாமல் போய், 'அத்து' என்கிற புதிய பகுதி சேர்கிற சில சூழ்நிலைகள் உண்டு. இந்த 'அத்து'வைச் 'சாரியை' என்பார்கள்.

உதாரணமாக, மரம்+இல்=மரமில் அல்ல, மரத்தில். அதாவது, மர+அத்து+இல். அதுபோல,

குடும்பம்+இனர்=குடும்ப+அத்து+இனர்=குடும்பத்தினர்.

16. மாநாடு

அரசியல் கட்சிகள் தங்களுடைய தொண்டர்களைக் கூட்டி அவ்வப்போது மாநாடுகளை நடத்துகின்றன. தேர்தல் நேரத்தில் அதற்கென விசேஷ மாநாடுகளும் நடைபெறுவதுண்டு.

இவற்றை முன்பு 'மகாநாடு' என்று சொல்லிக்கொண்டிருந்தார்கள். 'மகா' என்ற வடமொழிச்சொல்லை மாற்றி, அதே பொருள், அதே ஒலியைக்கொண்ட 'மா' என்ற தூய தமிழ்ச்சொல்லைச் சேர்த்து, 'மாநாடு' என்ற சொல் உருவாக்கப்பட்டது.

'மா' என்றால் பெரிய, 'நாடு' என்றால் இந்தியா, பாகிஸ்தான்போல ஒரு நாடு, இரண்டும் சேர்ந்தால் என்ன பொருள் வரும்?

நாடு என்றால் *country*தானா? அப்புறம் தமிழ்நாடு என்கிறோமே, அது என்ன தனிநாடா? மாநிலமல்லவா?

தமிழ்நாட்டை விடுங்கள், அதற்குள் இருக்கும் சோழநாடு, பாண்டியநாடு போன்றவையும் 'நாடு' என்ற சொல்லால் குறிக்கப்படுகின்றனவே, நாஞ்சில்நாடு, கொடநாடு என்று இந்தச் சொல்லை எங்கும் கேட்கிறோமே.

ஆக, 'நாடு' என்றால் மனிதர்கள் வாழும் நிலம் என்று பொருள் என விளக்குகிறார் ரா.பி.சேதுப்பிள்ளை. அதுதான் பின்னர் *Country/ Nation* என்ற பொருளில் பயன்படுத்துவதாக மாறிவிட்டது.

இதன்படி, 'மாநாடு' என்பதற்குப் பல ஊர்களைச் சேர்ந்தவர்களும் வந்து, தங்கி, பங்கேற்றுப் பேசுகிற ஓர் இடம் எனப் பொருள் எடுத்துக்கொள்ளலாம் என்று ஊகிக்கிறேன்.

கொஞ்சம் வேடிக்கையாக யோசித்தால், 'மா' என்ற சொல் மாம்பழத்தையும் குறிக்கும். ஆகவே, மாம்பழ நிபுணர்கள் ஒரு மாநாடு நடத்தினால், அது 'மாமாநாடு' ஆகலாம். பலவிதமான மாம்பழங்களைத் தேடிச் சென்று சுவைப்பவர்கள் ஒரு மாநாடு நடத்தினால், அதனை 'மாநாடுவோர் மாநாடு' என்று அழைக்கலாம்.

'மா' என்ற சொல், ஒரே எழுத்து, அது ஒரு பொருளைத் தருகிறது. இவ்வகையான சொற்களை இலக்கணத்தில் 'ஒரெழுத்து ஒருமொழி' என்று அழைப்பார்கள். இதற்கு மேலும் சில உதாரணங்கள்: தா, வா, போ, தை, வை, கை, மை, தீ, ஈ, பூ கோ, பை...

17. முன்னாள் தலைவர்

தலைவர் பொறுப்பிலிருந்து ஒருவர் விலகியதும், அவரை 'முன்னாள் தலைவர்' என்கிறார்கள். இதேபோல் முன்னாள் முதல்வர், முன்னாள் பிரதமர், முன்னாள் அதிபர், முன்னாள் ஆளுநர் என்று பல இடங்களில் பயன்படுத்தலாம்.

இதற்கு மாறாக, இன்றைக்கு ஒரு பதவியில் உள்ளவரை, 'இன்னாள் தலைவர்' எனலாம். இன்னாள் முதல்வர், இன்னாள் அதிபர் என்று பயன்படுத்தலாம்.

ஆனால், இதனை எல்லா இடங்களிலும் பயன்படுத்தக்கூடாது, முன்னாள், இன்னாள் என்று வித்தியாசப்படுத்துவதற்குதான் இது. மற்றபடி 'அதிபர்' என்றாலே 'இன்னாள் அதிபர்' என்றுதான் பொருள்.

உதாரணமாக, 'முன்னாள் அதிபரும் இன்னாள் அதிபரும் சந்தித்தார்கள்' என்று எழுதலாம். ஆனால், 'இன்னாள் அதிபர் விழாவுக்குத் தலைமை தாங்கினார்' என்று எழுதவேண்டியதில்லை. 'அதிபர் தலைமை தாங்கினார்' என்று எழுதினால் போதும்.

சில நாள்களுக்குமுன்னால், நண்பர் கார்த்திகேயன் எனக்கு ஓர் அழைப்பிதழை அனுப்பி, 'இதில் மேனாள் மத்திய அமைச்சர் என்று அச்சிட்டிருக்கிறார்களே. 'முன்னாள்'க்குப் பதில் இப்படித் தவறாக அச்சிட்டுவிட்டார்களா?' என்று கேட்டிருந்தார்.

ஆரம்பத்தில் நானும் அப்படித்தான் எண்ணியிருந்தேன். அதன்பிறகு, 'மேனாள்' என்பதும் 'முன்னாள்' என்பதும் ஒரே பொருள்தான் என்று தெரிந்துகொண்டேன்.

மேனாள்=மேல்+நாள், அதாவது *earlier days.* இதற்குமுன் நடந்த விஷயத்தைச் சொல்லும்போது, மேனாள் நிகழ்ச்சி என்று சொல்லலாம். முன்னாளுக்கு இணையான சொல்தான் இது.

உதாரணமாக, நாலாயிரம் திவ்யப் பிரபந்தத்தில் பேயாழ்வார் வெண்பா.

> பார்த்த கடுவன் சுனைநீர் நிழல் கண்டு
> பேர்த்து ஓர் கடுவன் எனப் பேர்த்து, கார்த்த
> களங்கனிக்குக் கை நீட்டும் வேங்கடமே மேனாள்
> விளங்கனிக்குக் கன்று எறிந்தான் வெற்பு

திருவேங்கடமலையில் ஓர் ஆண் குரங்கு இருந்தது, அது அங்கிருந்த சுனையில் தண்ணீர் குடிக்க எட்டிப் பார்த்தது. அங்கே அதன் பிம்பம் தெரிந்தது. அதைப் பார்த்து, அங்கே இன்னோர் ஆண் குரங்கு இருப்பதாக நினைத்துவிட்டது அந்தக் குரங்கு.

ஆகவே, 'வம்பு எதற்கு?' என்று வேறோர் இடத்துக்குச் சென்றது. அங்கே மேகம் போல் கருத்த களாப்பழத்தைக் கைநீட்டி எடுத்து உண்டது.

அந்தத் திருவேங்கடமலை யாருடையது தெரியுமா? மேனாளில் (அதாவது, முன்னாளில்) கன்றை வீசி எறிந்து விளாங்கனியை விழவைத்த கண்ணன்/ திருமாலின் மலை.

18. கொள்கை

இப்போதெல்லாம் யாராவது தேர்தல் கூட்டணி அமைத்தால், 'இது கொள்கை அடிப்படையிலான கூட்டணியா? அல்லது வெறும் தொகுதி உடன்பாடுதானா?' என்று கேட்கிறார்கள். அதென்ன 'கொள்கை'?

அரசியல் வட்டாரங்களில் இந்தச் சொல்லை நிறையவே கேட்கிறோம். சில தலைவர்களைக் 'கொள்கைவீரர்' என்கிறார்கள். 'கொள்கைக்காக எதையும் தியாகம் செய்வார்' என்கிறார்கள். எதிர்க்கட்சியினரைக் 'கொள்கையில்லாதவர்கள்' என்று சாடுகிறார்கள்.

அரசாங்கத்திலும் கொள்கைகள் உண்டு. (உதா: இறக்குமதிக் கொள்கை, வெளியுறவுக் கொள்கை) நிறுவனங்களிலும் கொள்கைகள் உண்டு. (உதா: ஆள்சேர்ப்புக் கொள்கை, பேறுகால விடுமுறைக் கொள்கை).

இவற்றையெல்லாம் தொகுத்துப் பார்க்கும்போது, கொள்கை என்பது இலக்கல்ல, அதை நோக்கி வழிநடத்துகிற ஒன்று என்பது புரிகிறது. அதாவது, இதை இப்படித்தான் செய்யவேண்டும் என்கிற உறுதி.

கொள்கை என்றால், அதை அடிக்கடி மாற்றக்கூடாது. அப்படி

மாற்றினால் அது சந்தர்ப்பவாதமாகிவிடும்.

உதாரணமாக, காந்தி பின்பற்றியது அகிம்சைக்கொள்கை. அவர் அதை ஒருபோதும் மாற்றிக்கொள்ளவில்லை. அதற்கான அவசியமும் ஏற்படவில்லை.

வன்முறை/அகிம்சை என்பதுபோன்ற விஷயங்களில் மாற்றத்துக்கான இடமே அதிகமில்லை. ஆனால், எல்லாக் கொள்கைகளும் இவ்வளவு கண்டிப்பாக இருக்கவேண்டிய அவசியமில்லை. சில கொள்கைகள் நெகிழ்வுத்தன்மையுடன் இருக்கலாம். வேறோர் உயர்ந்த கொள்கைக்காக, இந்தக் கொள்கையைத் தளர்த்த வேண்டியிருக்கலாம்.

உதாரணமாக, வேலைநிமித்தமாக மும்பை சென்றிருந்தபோது நான் கேள்விப்பட்ட விஷயம் இது: அங்கே ஒரு நிறுவனம், தன் ஊழியர்களுக்காக இலவச மருத்துவமனையொன்றை அமைத்தது. அதாவது, அங்கே சிகிச்சைக்குப் பணம் பெறுவதில்லை என்ற கொள்கையுடன் செயல்பட்டது.

ஆனால், பெரும்பாலான ஊழியர்கள் அந்த மருத்துவமனைக்கு வரவில்லை. காரணம், பணம் கொடுக்காமல் வைத்தியம் பெற்றால் தாங்கள் குணமாகமாட்டோம் என்று அவர்கள் நம்பினார்கள். இதைப் புரிந்துகொண்ட அந்நிறுவனம், ஒரு மிகச்சிறிய தொகையை மருத்துவக் கட்டணமாக விதித்தது. தொழிலாளர்கள் வரத்தொடங்கினார்கள்.

இங்கே சேவை என்கிற உயர்ந்த கொள்கையைக்கருதி, கட்டணம் பெறுவதில்லை என்ற கொள்கையைத் தளர்த்திக்கொள்ள வேண்டிய நிலைமை. இப்படி அவசியம் கருதி கொள்கைகளில் எப்போதாவது சமரசம் செய்யலாம்: எப்போதும் செய்யலாகாது.

'கொள்கை' என்பது புதிய வார்த்தைபோல் தோன்றினாலும், மிகப்பழைய பயன்பாடுதான். சிலப்பதிகாரத்திலேயே இருக்கிறது. எட்டிசாயலன் என்பவனுடைய வீட்டிற்கு வரும் ஒரு துறவியை 'அதிராக்கொள்கை அறிவன்' என்று அழைக்கிறார் இளங்கோவடிகள். அதாவது, கொள்கையில் நடுக்கமில்லாதவன்!

'அதிராக்கொள்கை': என்ன அழகான சொல்!

19. கடமை

வேதாந்தப் பாடல்கள் வரிசையில், 'கடமை' என்ற தலைப்பில் ஒரு கவிதை எழுதுகிறார் பாரதி, அதிலிருந்து சில வரிகள்:

'கடமைபுரிவார் இன்புறுவார்
என்னும் பண்டைக்கதை பேணோம்,
கடமைஅறியோம், தொழில்அறியோம்,
கட்டுஎன்பதை வெட்டுஎன்போம்,
கடமை நினைவும் தொலைத்துஇங்கு
களியுற்று என்றும் வாழ்குவமே.'

நம் அரசியல்தலைவர்கள் கடமையைப் பெரிய விஷயமென வற்புறுத்திக்கொண்டிருக்கையில், பாரதியார் கடமை வேண்டாம் என்கிறாரே, அதைக் கட்டு என்கிறாரே, அதைத் தொலைத்தால் மகிழ்ச்சி என்கிறாரே... இதென்ன வேதாந்தம்!

பகவத்கீதையை நாமனைவரும் நினைவில் வைத்துக் கொண்டிருக்கிற வடிவம்: 'கடமையைச் செய், பலனை எதிர்பார்க்காதே.'

'என் கடன் பணிசெய்து கிடப்பதே' என்றார் திருநாவுக்கரசர். இங்கே 'கடன்' என்பதும் கடமையைத்தான் குறிக்கிறது.

வங்கியில் வாங்கும் கடன்கூட, ஒரு கடமைதானே? திருப்பிச் செலுத்தவேண்டிய கடமை.

புறநானூறில் ஒரு கடன்பட்டியல், அதாவது, கடமைப்பட்டியல் வருகிறது, எழுதியவர் பொன்முடியார்:

> 'ஈன்று புறந்தருதல் என்தலைக் கடனே,
> சான்றோன் ஆக்குதல் தந்தைக்குக் கடனே,
> ...
> அரும்சமம் முருக்கி,
> களிறு எறிந்து பெயர்தல் காளைக்குக் கடனே.'

மகனைப் பெற்றுவளர்த்தல் தாயின் கடமை, சான்றோன் ஆக்குதல் தந்தையின் கடமை, போரிலே யானையை வென்று தன் அரசனுக்கு வெற்றிதேடித்தரவேண்டியது அந்த மகனின் கடமை.

இங்கே போர் என்பதை இன்றைக்கு நாம் 'வேலை' என்றோ 'படிப்பு' என்றோ கொள்ளலாம். எடுத்த வேலையைச் சிறப்பாகச் செய்யவேண்டியது நம் கடமை.

அப்படியானால், அரசியல்வாதிகள் சொல்லும் கடமை?

ஒருவர் எந்த நோக்கத்துடன் அரசியலுக்கு வந்தாரோ, யாருக்காக அரசியலுக்கு வந்தாரோ, அந்த நோக்கத்துக்காக, அவர்களுக்காக உழைத்தல் ஓர் அரசியல்வாதியின் கடமை என்று கொள்ளலாம். இதை அவர் உணர்ந்திருந்தால், அதன் அடிப்படையில் அவரது ஒவ்வொரு நடவடிக்கையும் அமையும்.

அவரே தேர்தலில் நின்று ஒரு தொகுதியின் பிரதிநிதியாகத் தேர்ந்தெடுக்கப்படும்போது, அல்லது அமைச்சராக, முதல்வராக, பிரதமராக வரும்போது, அவருடைய கடமைகள் அதிகமாகக்கூடும்.

உதாரணமாக, கம்ப ராமாயணத்தில் தசரதன், ராமனுக்கு முடிசூட்ட விரும்பும்போது, அதைத் தன் மகனிடம்

சொல்கிறான், அப்போது கம்பர் சொல்கிற வரிகள்:

> 'தாதை அப்பரிசு உரைசெயத் தாமரைக் கண்ணன்
> காதல் உற்றிலன்; இகழ்ந்திலன்; கடன் இது என்று
> உணர்ந்து...
> அப்பணி தலைநின்றான்

தசரதன் இப்படிச் சொன்னதும், ராமன் மகிழவில்லை, வருந்தவில்லை, இது கடமை என்று உணர்ந்து ஏற்றுக்கொண்டான்.

கடமை என்பது அரசியல், பொறுப்புகளில்மட்டுமில்லை, ஒரு தந்தை/தாய்/சகோதரன்/சகோதரி/மகன்/மகள் என்றமுறையிலும் பலருக்குப் பல கடமைகள் இருக்கக்கூடும்.

ஆக, கடமை என்பது ஒரு பொறுப்போடு வருகிறது, இதைச் செய்யவேண்டும் என்று வழிநடத்துகிறது, இன்னொரு கோணத்தில் பார்த்தால், வரம்பு போடுகிறது.

அதைத்தான் பாரதி வேதாந்தப் பாடலில் தொலைக்க விரும்புகிறானோ? 'விட்டுவிடுதலையாகி நிற்பாய் அந்தச் சிட்டுக்குருவியைப்போல' என்று சுதந்திரமாகத் திரியவிரும்பும் கவிமனத்துக்குக் 'கடனே' என்று ஒரு வேலையைச் செய்வதில் விருப்பமிருக்காதுதான்.

20. கண்ணியம்

சிவபெருமானை பக்தர்கள் 'கண்ணுதல்' என்பார்கள்.

'நுதல்' என்றால் நெற்றி, கண்+நுதல், அதாவது, நெற்றியிலே கண் கொண்டவன் சிவபெருமான்.

இந்தக் கண்ணுதலுக்கு இன்னொரு பொருளும் உண்டு, அகக்கண்ணால் பார்த்தல்.

அதென்ன அகக்கண்?

புறக்கண்கள் என்பவை நம் முகத்தில் உள்ளவை. வெளிச்சம் இருந்தால், அவற்றைக்கொண்டு பொருள்களைப் பார்க்கலாம்.

அகக்கண் என்பது, நமக்குள் பார்க்க உதவுவது. ஆன்மா, ஞானம் என்றெல்லாம் சொல்வார்கள்.

அந்த அகக்கண்ணைக்கொண்டு ஒரு விஷயத்தைப் பார்ப்பதுதான் கண்ணுதல். அதாவது, ஒன்றின் உட்பொருளை உணர்தல், சிந்தித்தல், மதித்தல்.

கண்ணுதல் என்ற சொல்லை இறந்தகாலத்தில் எழுதும்போது

'கண்ணிய' என்று வரும். 'கிள்ளுதல்' என்பது 'கிள்ளிய' என்று வருவதைப்போல.

இந்தச் சொல்லைப் பல இலக்கியங்களில் பார்க்கலாம். கம்ப ராமாயணத்தில் 'வேதம் கண்ணிய பொருள்' என்று ஒரு பதம் வரும். அதாவது, வேதத்தின் உட்பொருள்.

'கண்ணிய' என்றவுடன் ஓர் அரசியல் சொல் நினைவுக்கு வரவேண்டுமே: 'கண்ணியம்'!

இதன் பொருள், சிறப்பாகக் கருதுதல், மதித்தல், மதிப்பு என்று பட்டியலிடுகிறார் தேவநேயப் பாவாணர். *Ganya* என்ற வடமொழிச்சொல்லையும் அவரே குறிப்பிடுகிறார்.

ஒருவரைக் 'கண்ணியவான்' என்றால், அவர் சிறந்த, மதிப்பிற்குரிய சிந்தனைகளைக் கொண்டிருப்பவர், அகக்கண்ணால் நல்லதையே பார்ப்பவர் என்ற பொருள் கொள்ளலாம். அரசியலில் இருப்பவர்களுக்குத் தேவையான தகுதிதானே இது.

தன் மதிப்புக்குக் குறைவான ஒரு செயலை யாராவது செய்யத்துணிகிறார் என்றால், 'அது கண்ணியக்குறைவு' என்பார்கள். கண்ணியத்தோடு நடந்துகொள்கிறவர்களைக் 'கண்ணியர்' என்கிறார்கள்.

கன்னியரையும் கண்ணியர் எனலாம், மான் கண்ணியர், மீன் கண்ணியர், வேல் கண்ணியர்...

21. கட்டுப்பாடு

'எனக்கு ஒண்ணும் தெரியாது, இனிமே உன் பாடு, அவன் பாடு.'

இந்த வாசகத்தில் 'பாடு' என்றால் நிலை அல்லது பொறுப்பு என்று பொருள். 'நீங்க ரெண்டுபேரும் என்னவோ செஞ்சுக்கோங்க, அது உங்க பிரச்னை' என்று பொருள்கொள்ளலாம்.

'பாடு' என்ற சொல்லுக்கு அகராதியில் பல பொருள்கள் இருக்கின்றன. அநேகமாக எல்லாமே இன்றைக்கும் பயன்பாட்டில் இருப்பவைதான்.

உதாரணமாக, 'பாடு' என்பது ஒரு வினைச்சொல், கட்டளைச்சொல், 'ஒரு பாட்டுப் பாடு' என்பதுபோல.

இதே சொல்லை, 'படுதல்' என்ற வினைச்சொல்லிலிருந்து வரவழைக்கலாம், அப்போது அது அனுபவித்தல் என்ற பொருளில் வருகிறது. 'அவனுக்கு உதவி செய்யப்போய் நான் பட்ட பாடு கொஞ்சநஞ்சமா!'

இதைக் கஷ்டம் அனுபவித்தல் என்ற பொருளில்மட்டும

எடுத்துக்கொள்ளவேண்டியதில்லை, 'ஒழுங்காய்ப் பாடுபடு வயற்காட்டில், உயரும் உன்மதிப்பு வெளிநாட்டில்' என்று மருதகாசி எழுதினார். இங்கே 'பாடுபடுதல்' என்றால் உடலளவில் சிரமம் அனுபவித்து உழைத்தல் என்ற பொருள் அமைகிறது.

எங்கெல்லாம் 'படுதல்' என்ற சொல் வருகிறதோ, அங்கெல்லாம் 'பாடு' என்ற சொல்லையும் வரவழைக்கலாம், கட்டுப்படுதல்=>கட்டுப்பாடு, கட்சித்தலைமைக்குக் (அல்லது மக்களுக்குக்) கட்டுப்படும் தொண்டர்களுடைய குணம், கட்டுப்பாடு.

இதேபோல், தட்டுப்படுதல்=>தட்டுப்பாடு, சிரமப்படுதல்=>சிரமப்பாடு, உறுதிப்படுதல்=>உறுதிப்பாடு, வசப்படுதல்=>வசப்பாடு, பண்படுதல்=>பண்பாடு என்று பல சொற்களைச் சொல்லலாம்.

இரு கட்சிகளிடையே தொகுதி உடன்பாடு ஏற்பட்டது என்கிறோமே, அந்தச் சொல்லும் இந்தக் குடும்பம்தான், உடன்படுதல்=>உடன்பாடு.

ஒரு கச்சேரியில் இரு பாடகர்களிடையே சண்டையாம், யார் முதலில் பாடுவது என்று போட்டிபோட்டார்களாம். அவர்களுக்கிடையே சமாதானம் செய்துவைத்த மூன்றாவது பாடகர், 'நான் முதலில் பாடுகிறேன், நீங்கள் இருவரும் உடன்பாடுங்கள்' என்று அவர்களிடையே ஓர் உடன்பாடு' செய்துவைத்தாராம்.

22. விண்ணப்பம்

'பலர் அந்தத் தொகுதியில் போட்டியிட விண்ணப்பம் செய்திருந்தார்கள். அவர்களில் ஒருவரைக் கட்சித்தலைவர் தேர்ந்தெடுத்தார்.'

இங்குள்ள முதல் வாக்கியத்தில் ஒரு நுட்பமான பிழை இருக்கிறது. அது பலருக்கும் தெரியாது, விளக்கிச்சொன்னால்கூடப் புரியாது.

ஆங்கிலத்தில் *Subject, Object, Verb* என்று இலக்கணம் படித்திருப்பீர்கள். 'பலர் விண்ணப்பம் செய்திருந்தார்கள்' என்ற வாக்கியத்தில் *Verb*, அதாவது, வினைச்சொல் எது?

'செய்தல்', இல்லையா?

உண்மையில் அங்கே வினைச்சொல்லாக வரவேண்டியது, 'விண்ணப்பித்தல்'. அதாவது, 'பலர் விண்ணப்பித்திருந்தார்கள்' என்று எழுதவேண்டியது, அதற்குப்பதிலாக, விண்ணப்பம் என்ற பெயர்ச்சொல்லைப் பயன்படுத்தி, 'விண்ணப்பம் செய்திருந்தார்கள்' என்று நீட்டிமுழக்குகிறோம்.

யாரிடமாவது, 'இந்த ஊரைச் சுற்றிப்பார்த்தல் செய்கிறேன்'

என்று சொல்வோமா? 'இந்த ஊரைச் சுற்றிப்பார்க்கிறேன்' என்றுதானே சொல்வோம்?

'இட்லியின் ருசித்தல் நன்றாக இருக்கிறது' என்று சொன்னால் மனைவியிடம் அடி விழாதா? 'இட்லி நன்றாக ருசிக்கிறது' என்றுதானே சொல்லவேண்டும்?

அதுபோல, 'விண்ணப்பித்தான்' என்ற வினைச்சொல் இருக்கும்போது, 'விண்ணப்பம் செய்தான்', 'விண்ணப்பம் சமர்ப்பித்தான்', 'விண்ணப்பம் போட்டான்', 'விண்ணப்பம் கொடுத்தான்' போன்றவை தேவையா?

ஒருவேளை அவரது விண்ணப்பம் நிராகரிக்கப்பட்டால், அப்போது விண்ணப்பம் என்ற பெயர்ச்சொல்லைப் பயன்படுத்தலாம், காரணம், அங்கே 'நிராகரித்தல்' என்பதுதான் வினைச்சொல். அதை 'விண்ணப்பம் நிராகரிப்பு செய்யப்பட்டது' என்று எழுதக்கூடாது.

நம் பேச்சில் ஆங்கிலக்கலப்பு அதிகமாகிவிட்டதுதான் இந்த விநோதமான பிழைக்குக் காரணம் என்று ஊகிக்கலாம். ஆங்கிலச்சொற்களைத் தமிழில் கலக்கும்போது 'செய்தான்', 'பண்ணினான்' போன்றவை நன்கு உதவும். 'புஷ் பண்ணிட்டான்' என்கிறோம், நல்லவேளை, 'புஷ்ஷிட்டான்' என்று சொல்வதில்லை.

அதை அப்படியே தமிழில் மொழிபெயர்த்தால், 'தள்ளல் செய்துவிட்டான்' என்று எழுதவேண்டியிருக்கும். அது தேவையே இல்லை, 'தள்ளிவிட்டான்' போதும்.

தமிழில் வினைச்சொற்களுக்கா குறைச்சல்? சரியான வினைச்சொற்களைத் தேடாமல், பெயர்ச்சொற்களைமட்டும் வைத்துக்கொண்டு, அவற்றின் பின்னால் செய்து/ பண்ணி போன்ற சொற்களைச்சேர்ப்பது எதற்கு?

இவையெல்லாம் நம் மொழிவளத்தைக் குறைத்தல் செய்கிற செயல்கள். ஆகவே அவற்றை இனி அதிகம் பயன்படுத்தல் செய்யவேண்டாமே!

23. மும்முனைப் போட்டி

இந்தத் தேர்தலில் பல அணிகள் போட்டியிடுகின்றன. இதனால், பல தொகுதிகளில் மும்முனைப்போட்டி, சில தொகுதிகளில் நான்குமுனை, ஐந்துமுனைப் போட்டிகூட இருக்கலாம்.

அதென்ன 'முனை'?

நமக்கு நன்றாகத் தெரிந்த முதல் 'முனை', இந்திய வரைபடத்தின் கீழே இருக்கிறது: குமரிமுனை.

இன்னொரு 'முனை', ஊசியின் நுனி. தெருவின் நுனியில் இருப்பது தெருமுனை, வாழ்க்கையில் மாற்றம் உண்டாக்குவது திருப்புமுனை.

கணிதத்தில் ஒரு 'முனை', உண்டு. சதுரத்துக்கு நான்கு முனைகள், முக்கோணத்துக்கு மூன்று முனைகள், வட்டத்துக்கு முனைகளே இல்லை.

இந்த 'முனை'கள் அனைத்தும், கிட்டத்தட்ட ஒரே பொருளைத்தான் குறிப்பிடுகின்றன: நுனி/Corner.

இந்தப் பொருளில் பார்த்தால், மும்முனைப் போட்டி என்பதற்கு

அர்த்தமே மாறிவிடுகிறதே, ஆளுக்கொரு முனையில் சென்று அமர்ந்துகொண்டால் எப்படிப் போட்டி?

'முனை' என்ற சொல் புறப்பொருள் வெண்பாமாலையில் இத்தனை பொருள்களில் பயன்படுத்தப்படுகிறது: சண்டை, தேசம், பகை, புலம், படை, பூசல், போர், முகம், வேற்றுப்புலம்...

இப்போது 'முனை'க்கு நாம் பயன்படுத்துகிற இன்னொருபொருள் சட்டென்று நினைவுக்கு வருமே: போர்முனை.

ஒருவன் போர்முனைக்குச் சென்றான் என்கிறோம். அதன் பொருள், அவன் சண்டை நடக்கிற இடத்துக்குச்சென்றான்.

அப்படியானால் மும்முனைப்போட்டி/மும்முனைத்தாக்குதல் என்றால், மூன்று பேர் போட்டியிடுகிற முனை என்றும் பொருள்கொள்ளலாம், மூன்று பக்கங்களிலிருந்து மூன்று படைகள் பாய்ந்துவந்து ஓர் இடத்தில் போட்டியிடுகின்றன என்றும் எண்ணிக்கொள்ளலாம்.

'முனை'யை வினைச்சொல்லாகவும் பயன்படுத்துகிறோம். முனைதல்/ முயற்சிசெய்தல் என்று பொருள். ஒருவர் நன்கு முனைந்து போராடினால் வெல்வார், நன்கு முனைந்து படித்து ஆய்வுசெய்தால் முனைவர் பட்டம் பெறுவார்.

பழந்தமிழ் இலக்கியங்களில் 'முனைவர்' என்ற சொல் 'முனிவர்' என்ற பொருளிலும் பயன்படுத்தப்பட்டிருக்கிறது. முனைந்து தவம்செய்கிறாரல்லவா!

24. மாண்புமிகு

அமைச்சர், முதல்வர், பிரதமர், நீதிபதி போன்ற முக்கியப் பொறுப்பில் உள்ளவர்களைக் குறிப்பிடும்போது, 'மாண்புமிகு' என்ற ஒட்டு சேர்க்கப்படும்.

உதாரணமாக, 'மாண்புமிகு முதலமைச்சர் இப்போது உரையாற்றுவார்' என்பார்கள்.

இதையே 'மாண்பமை' என்றும் பயன்படுத்துவதுண்டு. அதாவது, மாண்புஅமை.

அதென்ன மாண்பு?

மாட்சிமை/மாண்பு என்ற சொற்களுக்குப் பெருமை, அழகு, நன்மை என்ற பொருள்கள் உண்டு. உதாரணமாக, இந்தத் திருக்குறள்:

> 'மலர்மிசை ஏகினான் மாணடி சேர்ந்தார்
> நிலமிசை நீடுவாழ்வார்.'

மலரிலே வீற்றிருக்கும் இறைவனின் பெருமைமிகுந்த திருவடிகளைச் சேர்ந்தவர்கள், நிலத்தில் அதிகநாள் வாழ்வார்கள், அவர்களுடைய வாழ்க்கை பெருமையடையும்.

இறைவனைக் குறிக்கப் பயன்படுத்திய 'மாண்பு' என்கிற சொல்லை, மனிதர்களில் இருக்கிற பெருமைக்குரிய விஷயங்களைக் குறிக்கவும் பயன்படுத்தலாம். மாண்புமிகு என்றால், மாண்புமிகுந்த, மாண்பமை என்றால், மாண்புஅமைந்த.

அதை மாண்புமிகுந்த, மாண்புஅமைந்த என்றே எழுதிவிட்டுப் போகலாமே, ஏன் சுருக்கவேண்டும்?

மாண்புமிகு, மாண்புஅமை என்பவை வெறும் சுருக்கங்கள் அல்ல. அவை முக்காலத்தையும் குறிக்கின்றன.

அதாவது, சிறப்புநிறைந்த என்று சொன்னால், முன்பு சிறப்போடு இருந்தார், இப்போது சிறப்பாக இல்லை, இனி சிறப்பாக இருக்கமாட்டார் என்பதுபோல் ஒரு பொருள் வருகிறதல்லவா? அதைச் 'சிறப்புநிறை' என்று எழுதினால், எப்போதும் சிறப்பாக இருக்கிறவர் என்று பொருள்.

திருமண அழைப்பிதழில் 'திருவளர்செல்வன்' என்று எழுதுவார்கள். இதன் பொருள், செல்வம் எப்போதும் வளர்ந்து கொண்டேயிருக்கிறவன்.

அதுபோல, மாண்புமிகு என்றால், அவரிடம் பெருமை எப்போதும் இருக்கும் என்று பொருள், முதல்வர், பிரதமர், நீதிபதி போன்றோரிடம் நாம் எதிர்பார்ப்பது அதைத்தானே!

25. கோஷ்டி, அணி

திருக்கோஷ்டியூர் சௌம்ய நாராயணப் பெருமாள் கேள்விப்பட்டிருக்கிறீர்களா?

சின்னக் கோயில்தான், ஆனால் மிக உயரமாகத் தென்படும். நான்கு தளங்களில் பெருமாள். கீழ்த்தளத்திலும் மேல்தளத்திலும் ராமானுஜரும் உண்டு.

கோயிலைவிட, அந்த ஊரின் பெயர்தான் நமக்கு வியப்பைத் தரும். அதென்ன திருக்கோஷ்டி'யூர்? காங்கிரஸ் செல்வாக்கு நிறைந்த இடமோ?

கோஷ்டி என்றால், கூட்டம் என்று பொருள். திருக்கோஷ்டியூர் என்ற பெயருக்குக் காரணமாக ஒரு சுவாரஸ்யமான கதை சொல்கிறார்கள்: ஓர் அசுரன், அவனை அழிப்பதற்காகப் பிரம்மா, சிவன், விஷ்ணு உள்ளிட்ட தேவர்கள் எல்லாரும் கலந்தாலோசனை நடத்துகிறார்கள். அதற்காக அவர்கள் தேர்வு செய்த இடம்தான், இந்த ஊர். ஆகவே, தேவர்கள் 'கோஷ்டி' சேர்ந்து பேசிய இடம் என்ற அர்த்தத்தில் அதற்குத் 'திருக்கோஷ்டியூர்' என்று பெயர் வந்ததாம்.

அது சரி, அரசியல் கட்சிகளில் தலைவர்கள் 'கோஷ்டி' சேர்ப்பதாகச் சொல்கிறார்களே, அது தமிழ்ச்சொல்லா?

இதில் சந்தேகத்துக்கே இடமில்லை. 'ஷ்' என்ற கிரந்த எழுத்து இருப்பதால், இது தமிழ்ச்சொல்லாக இருக்க வாய்ப்பே இல்லை. கிரந்தம் தவிர்த்து 'கோட்டி' என்று எழுதினால் அர்த்தமே மாறிவிடும்.

யோசித்துப்பாருங்கள், குப்புசாமி கோட்டி, கந்தசாமி கோட்டி என்றால் அவமரியாதையாக இருக்காதோ!

கோஷ்டி/கோட்டி கலாசாரமே அரசியலுக்கு ஆகாது என்பார்கள். அதற்கு ஒரு மாற்றுச்சொல் பயன்படுத்தியே ஆகவேண்டும் என்றால், குழு/கும்பல்/கூட்டம்/அணி என்று சொல்லலாம்.

முன்பு அதிமுக இரு பிரிவுகளாக இருந்தபோது, ஜானகி அணி, ஜெயலலிதா அணி என்று குறிப்பிட்டுவந்தார்கள். இங்கே 'அணி' என்ற சொல்லின் பொருள், குழு என்பது.

'அணி'க்கு மேலும் பல பொருள்கள் உண்டு: அழகு என்று ஒரு பொருள், உடலில் 'அணி'கிற நகை என்று ஒரு பொருள், செய்யுளைச் சிறப்பிக்கும் அழகும் 'அணி'தான், வரிசை என்றும் பொருள் உண்டு.

அப்படியானால், 'அணி வரிசை' என்பது தவறா?

அல்ல, அங்கே 'அணி' என்பது குழு, பல குழுக்கள் வரிசையாக வருகின்றன, அதுவே அணிவரிசை. ராணுவ 'அணி'வகுப்பு என்கிறோமே, அதையும் சிந்தித்துப்பாருங்கள்!

26. கூட்டணி

தேர்தல் நேரத்தில் கட்சிகள் கூட்டணி சேர்ந்து போட்டியிடுகின்றன.

கூட்டணி (கூட்டு+அணி) என்ற சொல்லே கொஞ்சம் சுவையானதுதான். குறிப்பாக, அந்தக் 'கூட்டு'.

இந்தச் சொல்லைத் தமிழில் இருவிதமாக எண்ணலாம்: பெயர்ச்சொல், வினைச்சொல்.

'கூட்டு' என்பதைப் பெயர்ச்சொல்லாக நினைத்தால், அது கூட்டப்பட்ட ஒரு பொருள். உதாரணமாக, கத்தரிக்காய்க் கூட்டு என்பது, கத்தரிக்காயுடன் பருப்பு, தேங்காய் போன்றவற்றைக் கூட்டித் தயாரிக்கப்பட்ட உணவுப்பண்டம்.

அதே 'கூட்டு' என்பதை வினைச்சொல்லாக நினைத்தால், அது கூட்டுதல் என்கிற செயல். உதாரணமாக, 'நான்கையும் ஐந்தையும் கூட்டு!'

இப்போது, மறுபடி கூட்டணிக்கு வருவோம். கூட்டு அணி, இங்கே 'கூட்டு' என்பதைப் பெயர்ச்சொல்லாக நினைத்தால்,

அது பல கட்சிகள் ஒன்றாகக் கூட்டப்பட்டுள்ள ஓர் அணியைக் குறிக்கும். ஒருவேளை வினைச்சொல்லாக நினைத்தால்?

கூட்டுதல், அதாவது, யாரோ வலிய முயற்சி செய்து இரு கட்சிகளைக் கூட்டி அணிசேர்த்திருக்கிறார்கள், அதனால் அது, 'கூட்டு அணி.' இந்தச் சொல் முக்காலத்துக்கும் பொருந்தும்.

ஆக, கூட்டணி என்பதில் வரும் 'கூட்டு' வினைச்சொல்லானால், அது தேர்தலுக்காகமட்டும் கூட்டப்பட்டதாக இருக்கலாகாது. அதற்கு முன்பும், பின்பும் தொடரவேண்டும் என்றுகூட வேடிக்கையாகச் சொல்லலாம்.

ஒருவேளை, கூட்டணியைக் கூடணி என்று எழுதினால்?

அது எழுத்துப்பிழை அல்ல. அதற்கும் பொருள் உண்டு. கூடு + அணி, அதாவது, கூடிய/ கூடுகின்ற/ கூடப்போகும் அணி. இன்னொருவர் வலியக் கூட்டவில்லை, தானாக, கொள்கைரீதியில் ஒத்துப்போய் இரு அணிகள் கூடி ஓர் அணி ஆகின. அது கூடணி. யாராவது முயற்சி செய்து கூட்டினால் அது கூட்டணி.

Of course, கூடணி என்று ஒரு சொற்றொடர் புழக்கத்தில் இல்லை. ஆனால், நாம் கூடு + அணி என்பவற்றை இணைத்து இப்படியொரு வினைத்தொகையைத் தாராளமாக உருவாக்கலாம்.

கூட்டு அணி, கூடு அணி என்பவற்றைத் தமிழில் செயப்பாட்டுவினை, செய்வினை என்பார்கள். இவற்றிடையே நுணுக்கமான வித்தியாசம்தான்: ஒரு செயல் ஒருவரால் செய்யப்படுவதாகச் சொல்வது, அல்லது, ஒரு செயலை ஒருவர் செய்ததாகச் சொல்வது: ராமனால் அம்பு எய்யப்பட்டது, ராமன் அம்பை எய்தான்.

இந்த வித்தியாசத்தைப் புரிந்துகொள்ள இன்னோர் எளிய உதாரணம், கூட்டு மலர், கூடு மலர்.

மலர்களில் ஏது சூடு, அவை குளிர்ச்சியானவை ஆயிற்றே என்று ரத்தம்வரக் கடிக்கவேண்டாம். விஷயத்துக்கு வருவோம்.

ஜானகியின் தலையில் மைதிலி பூ வைக்கிறாள் என்றால், ஜானகி மலர் சூடுகிறாள், மைதிலி மலர் சூட்டுகிறாள். மைதிலி கையில் உள்ளது அவள் (இன்னொருவருக்குச்) சூட்டு மலர், ஜானகி தலையில் உள்ளது அவள் (தானே, அல்லது இன்னொருவரால்) சூடு மலர்.

அதனால்தான் ஆண்டாள், 'சூடி'க் கொடுத்த சுடர்க்கொடி.

27. தொகுதிப் பங்கீடு

ஒவ்வொரு தேர்தலின்போதும் கூட்டணிகள் அமைகின்றன, மொத்தமுள்ள தொகுதிகளை உனக்கு இவ்வளவு, எனக்கு இவ்வளவு என்று பிரித்துக்கொள்கிறார்கள். இதனைத் தொகுதிப் பங்கீடு என்கிறார்கள்.

'ஈடு' என்ற சொல்லுக்குப் பல பொருள்கள் உண்டு. நாம் பரவலாகப் பயன்படுத்துகிற பொருள், சமம்/இணை/ஒப்பு. உதா: 'வாரிவழங்குவதில் அவருக்கு யாரும் ஈடாகமுடியாது.'

'இடு' என்ற பெயர்ச்சொல்லிலிருந்தும் ஈடு வரும். ஒரு நிறுவனத்தில் ஒருவர் முதலீடு செய்திருக்கிறார் என்று சொல்கிறோம், அதன் பொருள், அவர் முதலை ('முதலையை' அல்ல) இட்டிருக்கிறார், ஆகவே முதலீடு, அவர் முதலீட்டாளர்.

இன்னொரு முதலீடும் உண்டு. காலையில் முதன்முதலாக மாவை ஊற்றி (இட்டு) வேகவைக்கிற இட்லியை 'முதல் ஈடு' என்பார்கள். அதை முதலீடாக வைத்துச் சுறுசுறுப்பாக அன்றைய வேலைகளைத் தொடங்கலாம்!

ஒருவர் தம்முடைய குறையைச்சொல்லி முறை இடுகிறார், அது முறையீடு, அவர் முறையீட்டாளர்.

அதுபோல, தொகுதிகளைப் பங்கு இடுகிறார்கள், ஆளாளுக்குப் பிரித்துப் பங்குபோடுகிறார்கள், ஆகவே, அது தொகுதிப் பங்கீடு.

'ஈடு' என்ற சொல்லிலிருந்து வந்ததுதான் 'ஈடுபடு'தல், அதாவது பங்கேற்றல், தன்னை ஒரு பணியில் இட்டுக்கொண்டு செயல்படுதல், ஈடுபாடு, செயல்பாடு என இதனை விரிவுபடுத்தலாம்.

இச்சொல்லுக்கு இன்னொரு பொருள், பெருமை என்பது. திருஞானசம்பந்தர் பாடுவார்:

> 'வல் அரக்கன் திண்தோள்
> ஒக்க இருபதும் முடிகள் ஒருபது ஈடு அழித்து உகந்த
> எம்மான்.'

வலிமையான அரக்கனான ராவணனின் திண்மையான இருபது தோள்களையும், பத்து தலைகளையும், அதற்கெல்லாம் மேலாக அவனுடைய ஈடு, அதாவது, பெருமையையும் நசுக்கி மகிழ்ந்த எம்மான், சிவபெருமான்.

28. தேர்தல் அறிக்கை

'அறிவிருக்கா?' என்று சுலபமாகக் கேட்டுவிடுகிறோம். அதன் உட்பொருள் என்ன?

இதுமட்டும்தான் அறிவு என்று யாராலும் வரையறுக்க இயலாது. கணித அறிவு மிகுந்த ஒருவருக்கு மொழியறிவு குறைவாக இருக்கலாம், கலையறிவு நிறைந்த ஒருவருக்கு உலக அறிவு குறைவாக இருக்கலாம்.

ஒரு விஷயத்தை அறிந்திருப்பது அறிவு. ஆகவே, 'அறிவிருக்கா?' என்ற கேள்வி உண்மையில் ஒருவருடைய புத்திசாலித்தனத்தைச் சந்தேகத்துக்குள்ளாக்குவதில்லை. 'இதைப்பற்றி உனக்குத் தெரியுமா? தெரியாதா?' என்றுதான் கேட்கிறது.

'கணக்கைத் தப்பாப் போட்டிருக்கியே, அறிவிருக்கா?' என்றால், இந்தக் கணக்கைச் சரியாகப் போடுவதற்கான அறிவு உனக்கு உள்ளதா என்று அர்த்தம். அந்த அறிவு இருந்தால், அவர் தவறு செய்திருக்கமாட்டாரே!

ஒரு விஷயத்தைப்பற்றி அறிந்திருக்காத நிலையை, 'அறியாமை' என்கிறோம். அதை அறிந்துகொண்டால் அறியாமை விலகும், அறிவு வரும்.

எப்படி அறிந்துகொள்வது?

பிறர் நமக்கு அறிவுறுத்தலாம். அதன்மூலம் நாம் அறியலாம், அறிவாளிகள் ஆகலாம், அறியாதவர்களுக்கும் அறிவிக்கலாம்.

மேற்கண்ட பத்தியில் உள்ள சொற்கள் அனைத்தும் 'அறி' என்ற வேர்ச்சொல்லிலிருந்து பிறந்தவை. அதாவது, அறிந்துகொள்ளுதல் என்பதிலிருந்து வந்தவை.

அரசியல் கட்சிகளின் அறிக்கைகள், அறிவிப்புகள் எல்லாமே இவ்வகையில் வருபவைதான். இவை அனைத்தும், மக்களுக்கு ஒரு விஷயத்தை 'அறிவுறுத்துகின்றன', இந்தத் தேர்தலில் எங்கள் கட்சி வென்று ஆட்சிக்கு வந்தால் இதைச் செய்வோம் என்று அவர்களை அறியச்செய்கின்றன, ஆகவே அதனைத் 'தேர்தல் அறிக்கை' என்கிறோம்.

'அறிதல்' நோக்கத்துடன் வெளியிடப்படுவது, அறிக்கை, அதேபோல் 'கோருதல்' நோக்கத்துடன் முன்வைக்கப்படுவது கோரிக்கை. இதுபோல் இன்னும் பல சொற்களைச் சொல்லலாம்.

வாழ்தல்தானே வாழ்க்கையின் நோக்கம்!

29. கூட்டம்

தலைவர் பேசுவதைக் கேட்கப் பெரிய கூட்டம் வந்தது.

தமிழ்ச் சொற்களின் நிறைவாக அமையும் பாகத்தை 'விகுதி' என்பார்கள். உதாரணமாக, கூட்டம் என்பது 'அம்' என்ற விகுதியைக்கொண்டு நிறைவடைகிற ம்.

'அம்' விகுதிக்கு அமைப்பு என்ற பொருள் உண்டு. உண்மையில் அமை/அமைதல்/அமைப்பு போன்ற சொற்களும் இந்த வேர்ச்சொல்லிலிருந்து பிறந்தவைதான் என்பார்கள்.

ஆகவே, கூட்டம் என்பது, கூடுகின்ற அமைப்பு. ஆட்டம் என்பது, ஆடுகின்ற அமைப்பு. நாட்டம் என்பது நாடுகின்ற அமைப்பு.

இங்கே 'அமைப்பு' என்பதற்கு ஒரு நிறுவனம், கட்டடம் என்பதுபோல் பொருள்கொண்டால் குழப்பிவிடும். தட்டு என்பது சாப்பிடுவதற்கான ஓர் அமைப்பு என்பதுபோல் புரிந்துகொள்ளலாம்.

இந்த விகுதியை இன்னொருவிதமாகவும் பயன்படுத்துவார்கள்.

உண்டனம் என்றால், சாப்பிட்டோம் என்று பொருள். தந்தனம் என்றால், தந்தோம் என்று பொருள். வந்தனம் என்றால், வந்தோம் என்று பொருள், வாருங்கள் என்று வரவேற்பதாகவும் இன்னொரு பொருள்.

'அம்' என்பதன் இன்னொரு பொருள், அழகு. 'அம்பூ' என்றால், நீளமான அம்பு அல்ல, அழகான மலர்.

அங்கயற்கண்ணி என்ற தெய்வத்தின் பெயர் அம்+கயல்+கண்ணி என்று பிரியும். அதாவது, அழகிய, மீன்போன்ற கண்களையுடையவள்!

அ, இ, உ மூன்றும் சுட்டெழுத்துகள் என்பதால், 'ம்' குடும்பத்தில் தொடங்கும் சொற்களைச் சுட்டுவதற்கும் 'அம்' என்பதைப் பயன்படுத்தலாம். உதாரணமாக, 'அம்மகள்' என்றால், அந்த மகள், 'அம்மிளகாய்' என்றால், அந்த மிளகாய்.

'அம்மனை அருகிலுள்ள கோயிலில் அம்மனைப் பார்த்தேன்' என்றால், அந்த வீட்டுமனைக்குப் பக்கத்திலிருக்கும் அம்மன் கோயிலில் தெய்வத்தைத் தரிசித்தேன் என்று பொருள்!

30. பொதுக்குழு, செயற்குழு

தேர்தல்பற்றி விவாதிக்கக் கட்சியின் பொதுக்குழு கூடியது, அதன்பிறகு, செயற்குழுவும் கூடும்.

அதென்ன பொதுக்குழு, செயற்குழு?

'பொது' என்ற சொல் அனைவருக்குமானது என்ற பொருளில் பயன்படுகிறது. பொதுவுடைமை என்றால், பொது உடைமை, அனைவருக்கும் உரியது. தனியுடைமை என்றால், தனி உடைமை, ஒருவருக்குமட்டும் உரியது.

சிலர் இச்சொற்களைப் பொதுவுடமை, தனியுடமை என்று எழுதுகிறார்கள். அவை பேச்சுவழக்கில் வந்த போலிகள்தாம்.

பொதுமன்றம் என்றால், அனைவரும் செல்லக்கூடிய மன்றம், தனிமன்றம் என்றால், சிலர்மட்டும் செல்லக்கூடியது.

முகலாய அரண்மனைகளில் *Diwan-i-Am, Diwan-i-Khas* என்ற மண்டபங்களைக் காணலாம். இவற்றை முறையே, பொதுச்சந்திப்புக்கான இடம், தனிச்சந்திப்புக்கான இடம் என்று சொல்லலாம்.

வடமொழியில் ஆம் என்றால் பொது, 'ஆம் ஆத்மி கட்சி' என்றால், பொதுமக்கள் கட்சி.

அதுபோல, *Diwan-i-Am* என்றால், பொதுமக்கள் அரசரைக் காணக்கூடிய இடம். *Diwan-i-Khas* என்றால், முக்கியமான பிரமுகர்கள் அரசரைத் தனியே காணக்கூடிய இடம்.

பொதுப்பள்ளிக்கூடம், தனி(யார்) பள்ளிக்கூடம் என்று சொல்கிறோமல்லவா? அதுவும் இதே வகைப்பாடுதான், பொதுப்பள்ளிக்கூடத்தில் எல்லாரும் சேரலாம், தனியார் பள்ளிக்கூடத்தில் அவர்கள் விருப்பத்துக்கேற்பதான் சேர இயலும்.

ஆனால், அரசியல் கட்சிகளைப்பொறுத்தவரை 'பொதுக்குழு' என்பது சற்றே வித்தியாசமாக அமைகிறது. ஒவ்வொரு மாவட்டத்திலிருந்தும் முக்கியமான கட்சி உறுப்பினர்கள் சிலர் தேர்ந்தெடுக்கப்படுவார்கள், இவர்கள் சேர்ந்து பேசுவதைத்தான் 'பொதுக்குழு கூடியது' என்பார்கள்.

செயற்குழு என்பது, பொதுக்குழுவைவிடச் சிறியதாக இருக்கும். செயல்குழு, அதாவது, செயல்படக்கூடிய அதிகாரம் கொண்டவர்களுக்கானது.

செயல்+குழு எப்படிச் செயற்குழு ஆனது?

'ல்' என முடியும் சொல்லின் அருகே க, ச, த, ப குடும்பத்தில் தொடங்கும் சொல் வந்தால், அந்த லகரம் றகரம் ஆகிவிடும், அதாவது, 'ற்' என மாறிவிடும்.

உதாரணமாக: கல்+கோயில்=கற்கோயில், புல்+செடி=புற்செடி, அதுபோல செயல்+குழு=செயற்குழு!

31. பிரசாரம்

தேர்தலை முன்னிட்டுத் தலைவர்கள் சூறாவளிப் பிரசாரம்.

இந்தச் சொல் பிரசாரம், பிரச்சாரம் என இருவிதமாகவும் எழுதப்படுகிறது. இதற்கான நல்ல, அழகிய தமிழ்ச்சொல்லாக, 'பரப்புரை' என்பதைப் பயன்படுத்துகிறார்கள்.

கணிதத்தில் 'பரப்பு' என்ற சொல்லைக் கேள்விப்பட்டிருப்போம். ஒரு சதுரத்தின் பரப்பு என்பது, அதன் பக்கத்தை அதனாலேயே பெருக்குவதால் கிடைக்கும். ஒரு செவ்வகத்தின் பரப்பு என்பது, அதன் இரு பக்கங்களையும் பெருக்குவதால் கிடைக்கும். இப்படி ஒவ்வொரு வடிவத்துக்கும் பரப்பு சூத்திரங்களை மனப்பாடம் செய்திருப்போம்.

பரப்பு என்பது பரவிக்கிடக்கும் அளவு. ஒரு வட்டத்தையோ செவ்வகத்தையோ தரையில் வரைந்தால், அது எந்த அளவு பரவுகிறது என்பதைக் குறிக்கிறது.

மொட்டைமாடியில் மிளகாயைக் காயப்போடும்போது, 'நல்லாப் பரப்பிவை, அப்போதான் சீக்கிரமாக் காயும்' என்பார்கள். சூரிய வெளிச்சம் விழும் இடத்தை ஒளிப்பரப்பு என்பார்கள், நிழல் விழும் இடத்தை நிழல்பரப்பு என்பார்கள்.

அதுபோல, தேர்தல் பரப்புரை என்றால், பரப்புஉரை, ஒரு கட்சி தன்னுடைய தேர்தல் கண்ணோட்டத்தைப் பரப்புகின்ற உரை.

இந்த 'உரை' என்ற சொல்லைத் தமிழ்ப்பாடத்தில் அதிகம் கேள்விப்பட்டிருப்போம்: செய்யுளுக்குப் பதவுரை, பொழிப்புரை, விளக்கவுரை, விரிவுரை, எழிலுரை என்று நீளும்.

உதாரணமாக, பதவுரை என்றால், பதம்பதமாக, ஒவ்வொரு சொல்லாக விவரிப்பது. பொழிப்புரை என்றால், சொற்பொழிவுபோல் செய்யுளின் சாரத்தைச் சொல்வது. விளக்கவுரை என்றால், செய்யுளை விளக்குவது... இப்படிப் பலவிதமான உரைகள் உண்டு.

மற்ற புத்தகங்களுக்கும் முன்னுரை, பின்னுரை, என்னுரை, பதிப்புரை, மதிப்புரை போன்றவற்றைப் பார்க்கிறோம். நூலை ஒருவர் வாசிக்குமுன் அதனை அறிமுகப்படுத்துவது முன்னுரை, வாசித்தபின் கூடுதல் விவரங்களை வழங்குவது பின்னுரை, நூலாசிரியர் நூல்பற்றிய தன் கருத்துகளைச் சொல்வது என்னுரை, பதிப்பாளர் நூல்பற்றிய தன் கருத்துகளைச் சொல்வது பதிப்புரை, இன்னொருவர் நூலை மதிப்பிட்டு அதன் சிறப்புகளைச் சொல்வது மதிப்புரை... இப்படி இங்கேயும் பலவிதமான உரைகள் உண்டு.

சிலர் 'உரை' என்பதைத் தவறாக 'உறை' என்று எழுதிவிடுவார்கள், அந்த 'உறை'க்கு வேறு பொருள்: கத்தியை வைப்பது உறை, தங்கத்தை உரைத்துப்பார்ப்பது உரைகல், நீர் பனிக்கட்டியாகும் செயல் உறைதல்.

முந்தைய பத்தி, உறைபற்றிய உரை!

32. ஊழல்

தேர்தலில் போட்டியிடுகிறவர்கள்மேல் ஊழல் குற்றச்சாட்டுகள் எவையும் இருக்கக்கூடாது என நாம் எண்ணுகிறோம். அப்பழுக்கற்ற நற்பெயர் கொண்டவர்களுக்கே வாக்களிக்க விரும்புகிறோம்.

'ஊழல்' என்ற சொல், ஊழ்+அல் என்று பிரியும்.

ஊழ் என்றால், விதி என்ற பொருளில் பயன்படுத்துகிறோம். 'ஊழின் பெருவலி யாவுள?' என்பார் வள்ளுவர். ஊழ்போல் வலிமையானது வேறென்ன உண்டு?

'விதி' என்பதைத் தலைவிதி என்ற பெரிய பொருளில்மட்டும் எண்ணவேண்டியதில்லை. அதைவிடச் சிறிய, ஆனால் நாம் பின்பற்றவேண்டிய விதிமுறைகள் நிறைய உண்டு.

உதாரணமாக, சாலையில் செல்லும்போது போக்குவரத்து விதிமுறைகளைப் பின்பற்றவேண்டும், ஓர் அலுவலகத்தில் பணியாற்றும்போது அவர்கள் வகுத்துள்ள விதிமுறைகளைப் பின்பற்றவேண்டும்...

இப்படிப் பின்பற்றவேண்டிய ஒழுங்கு 'ஊழ்' எனப்படுகிறது, அது இல்லாதபோது, ஊழ்+அல் சேர்த்து ஊழல் என்கிறோம்.

ஆக, ஊழல் என்றால், ஊழின்மை, ஒழுங்கின்மை, விதிமுறைகள் மீறப்படுதல்.

'ஊழல்' என்பதற்குக் கெடுதல், தளர்ச்சி என்ற பொருள்களும் உண்டு. அவையும் கிட்டத்தட்ட இதேபோன்ற கருத்தைதான் தெரிவிக்கின்றன. அதாவது, நன்னிலையிலிருந்து கெடுதல், தளர்தல்.

'அல்' என்பதை இந்தப் பொருளில் பயன்படுத்தும் இன்னோர் அழகிய சொல்லும் தமிழில் உண்டு: பாகற்காய்.

இந்தச் சொல் பாகு+அல்+காய் என்று பிரியும். பாகு(இனிப்பு) இல்லாத, கசப்பான காய் என்பதால் அதற்குப் பாகற்காய் என்று பெயர்!

'அல்'க்கு இரவு என்ற பொருளும் உண்டு. அதாவது, ஒளி அல்லாத நிலை, 'அல்லும் பகலும் பாடுபட்டோம்' என்று சொல்கிறோமல்லவா? அதன்பொருள், ஒளி உள்ள பகலிலும், ஒளியில்லாத இரவிலும், அதாவது நாள்முழுக்கப் பாடுபட்டோம்!

'அல்லி' என்ற பெயர்கூட, இரவில் (அல்லில்) மலர்வதால்தான் வந்தது என்கிறார் தேவநேயப்பாவாணர்!

33. நேர்மை

பொதுவாழ்வில் இயங்குகிறவர்களுக்கும் நேர்மை அவசியம்.

நேர்மை என்பது, நேர்த்தன்மை என்பதைக் குறிக்கும் பண்புப்பெயர். அதாவது, நேர்வழியில் செல்வது, குறுக்குவழியில் செல்லாமலிருப்பது.

பொதுவாகத் தமிழில் பண்புப்பெயர்கள் எல்லாமே மை என்றுதான் முடியும், வெண்மை, தண்மை, செம்மை, சிறுமை, பெருமை, இனிமை என்று பல உதாரணங்களைச் சொல்லலாம். இவை அனைத்தும் ஒருவருடைய (அல்லது ஒரு பொருளுடைய) பண்புகளைக் குறிப்பிடுவதைக் கவனியுங்கள்: வெண்மையான சட்டை, தண்மையான பானம், செம்மையான மனிதர், சிறுமையான நடத்தை, பெருமையான நடத்தை, இனிமையான பேச்சு... அதுபோல, நேர்மையான தலைவர்.

இங்கே 'நேர்மை' என்பது பண்பு, 'தலைவர்' என்பது, அதைக் கொண்டிருக்கும் நபர், அவரைப் 'பண்பி' என்பார்கள், அதாவது, பண்பைக் கொண்டிருப்பவர்/கொண்டிருப்பது. நடுவில் வரும் 'ஆகிய'/'ஆன' என்பதைப் பண்பு உருபு என்பார்கள், அதாவது, பண்பை வெளிக்காட்டும் உருபு.

இந்த உருபு மறைந்து வருவதும் உண்டு. அப்போது அதனைப் 'பண்புத்தொகை' என்பார்கள், அதாவது, பண்பைக் குறிப்பிடும் உருபு தொக்கிநிற்கிறது/மறைந்திருக்கிறது.

உதாரணமாக, செந்தமிழ் என்ற சொல், செம்மையான தமிழ் எனப் பிரியும், அதில் 'ஆன' என்ற பண்பைக் குறிப்பிடும் உருபு மறைந்துள்ளதால், இது பண்புத்தொகை.

பொதுவாகப் பண்புத்தொகை என்பது ஒரு பண்பையும் ஒரு பெயரையும்தான் சேர்க்கும், ஆனால், இதில் சிறப்புப்பிரிவாக, 'இருபெயரொட்டு பண்புத்தொகை' என்பதும் உண்டு. அதாவது, ஒரு பெயர்களை ஒட்டுகிற பண்புத்தொகை.

இந்த இரு பெயர்களில் ஒன்று சிறப்புப்பெயராகவும், இன்னொன்று பொதுப்பெயராகவும் வரும். உதாரணமாக: பலா மரம்.

இங்கே பலா என்பது சிறப்புப்பெயர் (ஒருவகை மரம்), ஆனால் மரம் என்பது பொதுப்பெயர், இவை சேர்ந்து வரும்போது, 'பலா ஆகிய மரம்' என்கிற பொருளைத்தருகிறது, மரத்தின் பண்பை (அது பலா மரம் என) உணர்த்துகிறது. ஆகவே இதனை 'இருபெயரொட்டு பண்புத்தொகை' என்பார்கள்.

இதற்கு இன்னும் சில உதாரணங்கள்: காலை நேரம், நடிகர் ரஜினிகாந்த்!

34. வாக்குறுதி

இந்தத் தேர்தலில் நாங்கள் வென்றால் இவற்றையெல்லாம் செய்வோம் என்று தலைவர் வாக்குறுதியளித்தார்.

வாக்கு+உறுதி என்ற இரு சொற்கள் இணைந்து வாக்குறுதியாகின்றன. இதை உறுதியாகச் செய்வோம் என்று சொல்வது, வாக்குத்தருவது வாக்குறுதி.

நாம் ஏற்கெனவே 'வாக்கு' என்ற சொல்லைப்பற்றி விரிவாகப் பார்த்துள்ளதால், இப்போது 'உறுதி'யைப்பற்றிப் பேசுவோம்.

கடந்த சில ஆண்டுகளாக, தொலைக்காட்சியில் கட்டுமானப் பணிகளில் பயன்படும் இரும்புக்கம்பிகளின் விளம்பரங்கள் அதிகரித்துள்ளன. 'உறுதியான கட்டடங்களுக்கு, எங்களுடைய கம்பிகளை வாங்கிப் பயன்படுத்துங்கள்' என்கிறார்கள்.

'உறுதி' என்பது, நலம் தருவது, வலிமை சேர்ப்பது என்ற பொருளில் பயன்படுத்தப்படுகிறது. 'ஆலும் வேலும் பல்லுக்குறுதி' என்ற பழமொழி இந்தப் பொருளில் வந்ததுதான்.

கம்பராமாயணத்தில் விசுவாமித்திரர் தன்னுடைய யாகத்தைக் காக்க ராமரை அனுப்புமாறு தசரதரிடம் கேட்கிறார். 'ராமன்

சிறுவனாயிற்றே' என்று தசரதர் தயங்க, அப்போது வசிஷ்டர் சொல்லும் வரி: 'நின் மகற்கு உறுத்தல் ஆகலா உறுதி எய்தும் நாள் மறுத்தியோ?'

தசரதனே, உன் மகனுக்குக் கிடைக்காத நன்மைகளெல்லாம் கிடைக்கப்போகும் நாள் இது, இந்த நேரத்தில் உனக்கு என்ன தயக்கம்? தாராளமாக உன் மகனை விசுவாமித்திரரோடு அனுப்பிவை!

குமரேச சதகம் என்ற நூலில் குருபாததாசர் ஒரு நீண்ட 'உறுதி'ப்பட்டியலே தருகிறார். எதற்கு எது உறுதி என விவரிக்கும் அப்பாடலின் ஒரு சிறு பகுதி:

'கைக்கு உறுதி வேல், வில்,
மனைக்கு உறுதி மனையாள்,
கவிக்கு உறுதி பொருளடக்கம்,
கன்னியர்தமக்கு உறுதி கற்புடைமை,
சொல்லுக்கு உறுதி, சத்யவசனம்'

இப்படி வரிசையாகச் சொல்லிச்செல்லும் குருபாததாசர், நிறைவாக ஓர் அழகிய வர்ணனை சொல்கிறார், 'மைக்கு உறுதியாகிய விழிக் குறமடந்தை, சுரமங்கை மருவும் தலைவனே, மயில்ஏறி விளையாடும் குகனே.'

வள்ளியின் விழிகள் மைக்கு உறுதியாம், அதாவது, மையால் அவள் விழிக்கு அழகில்லை, அவள் விழியால் மை அழகுபெறுகிறது!

35. குற்றச்சாட்டு

அரசியல் தலைவர்கள் ஒருவர்மீது மற்றவர் குற்றச்சாட்டுகளை வீசுவது சகஜம்.

குற்றச்சாட்டு என்பது, குற்றம்சாட்டுதல் என்ற சொல்லிலிருந்து வருகிறது. அதாவது, ஒருவர்மீது குற்றம்சொல்லுதல்.

பள்ளிப்பாடத்தில் 'எடுத்துக்காட்டு' என்ற சொல்லைப் பயன்படுத்தியிருப்போம். 'உதாரணம்' என்பதற்கு இணையான தமிழ்ச்சொல் அது.

தீவுகளைப்பற்றி ஒரு பாடம் படித்துக்கொண்டிருக்கிறோம், அதனை நன்கு புரிந்துகொள்வதற்காக, ஆஸ்திரேலியா என்ற தீவை எடுத்துக்காட்டுகிறோம். ஆகவே, அது எடுத்துக்காட்டு.

அதுபோல, ஒரு தலைவர் இன்னொரு தலைவர்மீது குற்றம்சாட்டுகிறார். ஆகவே, அது குற்றச்சாட்டு.

குற்றம் புரிகிறது, அதென்ன சாட்டு?

சாட்டுதல் என்றால் சேர்ப்பித்தல் என்று பொருள். ஆகவே குற்றம்சாட்டினார், குற்றம்சாட்டப்பட்டார், குற்றச்சாட்டுக்கு

ஆளானார் என்றெல்லாம் சொல்லும்போது, அவர்மீது குற்றம் சுமத்தப்பட்டது என்ற பொருள் எடுத்துக்கொள்ளலாம்.

இதேபோல், சாடுதல் என்ற சொல்லும் இருக்கிறது. 'ரமேஷ் குப்பையைத் தெருவில் வீசியபோது, சுரேஷ் அவனைச் சாடினான்' என்கிறோம்.

'சாடுதல்' என்றால், மோதுதல், எதிர்த்தல் என்று பொருள். சாடல் என்றால், அத்தகைய எதிர்ப்புப்பேச்சு.

ஒரே வாக்கியத்தில் சாட்டுதல், சாடுதல் இரண்டையும் கொண்டுவந்து புரிந்துகொள்ளலாம்: 'பிரதமரின் அறிவிப்பைச் சாடிய எதிர்க்கட்சித்தலைவர், அவர் தொலைநோக்கோடு சிந்திக்கவில்லை என குற்றம்சாட்டினார்.'

யார் என்ன குற்றம் சொன்னாலும் சரி, நம்மீது தவறு இல்லாதவரை நாம் நம்முடைய வேலையைச் செய்யவேண்டும். இந்தக் கருத்தைச் சாடுதல் என்ற சொல்லிலேயே தொடங்கி விளக்கும் ஓர் அழகிய பாடல், 'நீதிநூல்உரை'யில் உளது, எழுதியவர், வேதநாயகம்பிள்ளை:

> சாடுவெம்கோடையைத் தலையில் தாங்கியும்
> மாடுஉளோர்க்கு அருநிழல் வழங்கும் ஆல்என
> கேடு தம்பால் மிகக் கிளைக்கினும், குணப்
> பீடுஉளோர் நன்மையே பிறர்க்குச் செய்வரால்.

ஆலமரத்தின் உச்சியில் சூரியன் கடுமையாக மோதினாலும், அதைத் தாங்கிக்கொண்டு, தனக்குக்கீழே உள்ளவர்களுக்கு நிழல் தருகிறது, அதுபோல, நல்லவர்களுக்குப் பிறர் என்ன தீமை செய்தாலும் சரி, அவர்கள் மற்றவர்களுக்கு நல்லதையே செய்வார்கள்!

36. மறுப்பு

ஓர் அரசியல் தலைவர்மீது யாராவது ஒரு குற்றச்சாட்டை முன்வைத்தால், அவர் என்ன செய்யவேண்டும்?

வேறென்ன? மறுக்கவேண்டும்!

மறுத்தல் என்றால், ஒரு விஷயத்தை ஏற்காமலிருத்தல் என்று பொருள். அதன் எதிர்ப்பதம், ஏற்றல், ஏற்றுக்கொள்ளுதல்.

உதாரணமாக, நீதிமன்றத்தில் ஒருவர்மீது கொலைக்குற்றம் சாட்டப்படும்போது, அவர் அதனை மறுக்கிறார், அல்லது ஏற்கிறார். இதன்மூலம் தனது நிலையைத் தெளிவுபடுத்துகிறார்.

மறுத்தல் என்ற வினைச்சொல்லிலிருந்து வருவது மறுப்பு, அதேபோல் ஏற்றல் என்ற வினைச்சொல்லிலிருந்து வருவது ஏற்பு.

இந்தப் 'பு' விகுதியைக்கொண்டு தமிழில் இன்னும் பல சொற்களை உருவாக்கலாம்: இனித்தல் இனிப்பு, கசத்தல் கசப்பு, துடித்தல் துடிப்பு, படித்தல் படிப்பு...

சங்கஇலக்கியங்களில் 'வாயில்மறுத்தல்' என்கிற ஒரு விஷயத்தைப்பற்றிப் படிக்கிறோம். அதாவது, ஏதோ ஒரு தவறு

செய்துவிட்ட காதலனை வீட்டினுள் அனுமதிக்கமாட்டேன் என்று காதலியோ அவளுடைய தோழியோ மறுத்துவிடுவது.

மறுப்புரைகள், மறுப்புநூல்கள் என்ற மரபும் தமிழில் உண்டு. அதாவது, ஒருவர் முன்வைத்திருக்கும் கருத்தை மறுத்துப்பேசுதல், அதற்கு எதிரான தனது கருத்துகளை முன்வைத்தல்.

உதாரணமாக, வள்ளலாரின் அருட்பாக்கள் வெளியானபோது, அவற்றை மறுத்து 'அருட்பா அன்று, மருட்பா' எனும் தலைப்பில் மறுப்புநூலொன்று வெளிவந்தது. இதில், வள்ளலாரின் பாடல்கள் ஏன் அருட்பா எனக் கருதப்படக்கூடாது என்று கதிரைவேற்பிள்ளை விவரித்திருந்தார். அந்த விவரங்களெல்லாம் இப்போது தனிநூலாகக் கிடைக்கின்றன.

இன்றைய நோக்கில் பார்க்கும்போது, இதுபோன்ற மறுப்புநூல்கள் சண்டை விவகாரங்களாகத் தோன்றலாம். ஆனால், உண்மையில் அவைதான் பெரிய விவாதங்களைத் தொடங்கிவைத்திருக்கின்றன. தனிப்பட்ட மோதலில் இறங்காதவரை, ஒருவருடைய கருத்தை இன்னொருவர் மறுத்துப்பேசுவதும் இருதரப்பினரின் கருத்துகளும் பதிவாவதும் ஆரோக்கியமான போக்குதான்.

எதையும் கேள்விகேட்கும் உரிமை எல்லாருக்கும் வேண்டும், அதற்குப் பதில்சொல்லும் உரிமையும் அவரவர்க்கு வேண்டும்!

37. வாக்குப்பதிவு

வரவிருக்கும் தேர்தலில் எல்லாரும் வாக்களிக்கவேண்டும் என்ற முனைப்புடன், தேர்தல் ஆணையம் 100% வாக்குப்பதிவு என்ற இலக்கை முன்வைத்துப் பல பரப்புரைகளை நிகழ்த்திவருகிறது.

வாக்குப்பதிவு என்ற சொல், வாக்கினைப் பதிவுசெய்தல் எனும் பொருளில் பயன்படுத்தப்படுகிறது. அதாவது, நான் இன்னாரைத் தேர்ந்தெடுக்க விரும்புகிறேன் (அல்லது, யாரையும் தேர்ந்தெடுக்க விரும்பவில்லை) என்று அதிகாரபூர்வமாகப் பதிவுசெய்தல்.

ஒரு குழந்தை பிறந்தால், அதனைப் பதிவுசெய்கிறோம். திருமணத்தைப் பதிவுசெய்கிறோம். அலுவலகத்தில் நுழைந்தவுடன் நமது வருகையைப் பதிவுசெய்கிறோம். அதுபோல், தேர்தலின்போது வாக்கைப் பதிவுசெய்கிறோம்.

எந்தப் பதிவுக்கும் இரண்டு நோக்கங்கள் இருக்கலாம்: முதலாவதாக, ஒரு விவரத்தை அதிகாரபூர்வமாக எழுதிவைத்தல், பின்னாளில் இது நிகழ்ந்ததா, இல்லையா என்கிற சந்தேகமே ஏற்படக்கூடாது. அடுத்து, இந்தப் பதிவுகளைத் தொகுத்துப்பார்த்தால், ஒரு குறிப்பிட்ட காலகட்டத்தில்

அல்லது ஒரு குறிப்பிட்ட மக்கள்கூட்டத்தில் என்ன நடந்தது என்பதை அறியலாம்.

பதிவுசெய்யப்படுகிற இடத்தைப் 'பதிவேடு' (பதிவு+ஏடு) என்பார்கள். இது நிஜமாகத் தொட்டு, பேனாவால் எழுதிப் பதிவுசெய்கிற *Physical* பதிவேடாகவும் இருக்கலாம், இணையத்தில் எலக்ட்ரானிக் முறைகொண்டு பதிவுசெய்கிற *Virtual* பதிவேடாகவும் இருக்கலாம்.

தற்போது தேர்தலுக்கு வாக்குப்பதிவு இயந்திரம் பயன்படுத்தப்படுகிறது. அதுதான் பதிவேடு, இது ஒவ்வொருவருடைய வாக்கையும் தன்னில் பதித்துக்கொள்கிறது, பிறகு அந்தப் பதிவுகளைத் தொகுத்துப்பார்த்தால் யாருக்கு எத்தனை வாக்குகள் பதிவாகியிருக்கின்றன என்பது தெரியும், யார் வெற்றிபெற்றார்கள் என்பதை அறிவிக்கலாம்.

பதித்தல் என்ற சொல்லுக்கு இன்னொரு பொருளும் உண்டு, ஒன்றை இன்னொன்றில் பொருத்துதல். 'தங்கப்பதக்கத்தின்மேலே, ஒரு முத்துப்பதித்ததைப்போலே' என்று ஒரு பழைய பாடல் உண்டு.

இதேபோல், 'வாக்குப்பதித்தல்' என்பதையே ஒரு செயலாகக் கொண்டு, 'நான் தேர்தலில் வாக்குப்பதித்தேன்' என்றும் சொல்லலாம், 'வாக்குப்பதிவுசெய்தேன்' என்று கூடுதலாக ஒரு வினைச்சொல்லைச் சேர்க்கவேண்டிய அவசியமில்லை.

38. வாக்கு எண்ணிக்கை

சில கடலையுருண்டைப் பொட்டலங்களில் வெளியே 'எண்ணம்:20' என்று எழுதியிருப்பார்கள்.

அதைப் பார்க்கும்போதெல்லாம் எனக்குச் சிரிப்புதான் வரும். இருபது எண்ணங்களை இதற்குள் பொட்டலம் கட்டியிருக்கிறார்களோ என்று நினைத்துக்கொள்வேன்.

உண்மையில் 'எண்ணம்' என்பது 'எண்ணிக்கை' என்பதைக் குறிக்கும் சொல். 'எண்ணம்:20' என்றால் உள்ளே இருபது கடலையுருண்டைகள் இருப்பதாகப் பொருள்.

'எண்ணும் எழுத்தும் கண்ணெனத் தகும்' என்பார்கள். அந்த 'எண்'ணிலிருந்து வந்ததுதான் எண்ணிக்கை, எண்ணம், எண்ணல், எண்ணுதல் எல்லாமே.

தமிழில் 'எழுத்தெண்ணிப் பாட்டெடுழுதுதல்' என ஒரு விஷயம் உண்டு. அதாவது, ஒரு வரிக்கு இத்தனை எழுத்துகள் என்று எண்ணி எழுதுவது.

இதற்குப் பிரபலமான உதாரணம், காரைக்கால் அம்மையார் எழுதியது:

பொன்வண்ணம் எவ்வண்ணம் அவ்வண்ணம் மேனி
பொலிந்தியங்கும்,
மின்வண்ணம் எவ்வண்ணம் அவ்வண்ணம்
வீழ்சடை வெள்ளிக்குன்றம்,
தன்வண்ணம் எவ்வண்ணம் அவ்வண்ணம்
மால்விடை தன்னைக்கண்ட
வெண்வண்ணம் எவ்வண்ணம் அவ்வண்ணம் ஆகிய
ஈசனுக்கே.

இந்தப் பாடலின் ஒவ்வொரு வரியையும் எண்ணிப்பாருங்கள், அதாவது, சிந்தித்துப்பார்க்கவேண்டாம், ஒன்று, இரண்டு என எண்ணிப்பாருங்கள், புள்ளிவைத்த எழுத்துகளை விட்டுவிடுங்கள், சரியாக ஒவ்வொரு வரியிலும் 16 எழுத்துகள்தான் இருக்கும். இந்த வகைப் பாடலைக் 'கட்டளைக் கலித்துறை' என்பார்கள்.

கட்டளையிடும் அரசுத்துறைக்குத் தலைவராகவேண்டுமென்றால், தேர்தலில் வெல்லவேண்டும், வாக்கு எண்ணிக்கையில் முதலிடம் பிடிக்கவேண்டும்.

தேர்தலில் மக்கள் வழங்கும் வாக்குகளைத் தொகுத்து எண்ணுகிற செயலை 'வாக்கெண்ணுதல்' என்பார்கள். '11 மணிக்குமேல் வாக்கு எண்ணிக்கை நிலவரம் தெரியவரும்' என்பார்கள்.

அதாவது, ஒவ்வொரு கட்சி, வேட்பாளரின் தகுதிகளை மக்கள் எண்ணிக் கை வைப்பார்கள் இயந்திரத்தின்மீது. பின்னர், வாக்கு எண்ணிக்கையின்போது அவர்கள் எண்ணம் வெளிப்படும்!

39. பெரும்பான்மை

தேர்தலில் அதிகபட்ச வாக்கு எண்ணிக்கையைப் பெறுகிறவர்தான் வெல்வார், அப்படி அதிகப்பேர் வெல்லும் கட்சிதான் ஆட்சியமைக்கும், இது எல்லாருக்கும் தெரிந்தது.

ஆட்சியில் இரண்டு வகை: பெரும்பான்மை ஆட்சி, சிறுபான்மை ஆட்சி.

நூறு உறுப்பினர்கள் இருக்குமிடத்தில் ஒரு கட்சியோ கூட்டணியோ 51 அல்லது அதற்கு மேற்பட்ட இடங்களைப் பெற்றால், அது பெரும்பான்மை ஆட்சி.

ஒரு கட்சி அதற்குக் குறைவான இடங்களைப் பெற்றாலும் பரவாயில்லை, அடுத்த நிலையில் உள்ள கட்சியைவிட அதிக இடங்களைப் பெற்றிருந்தால் அவர்கள் ஆட்சி அமைக்கலாம், ஆனால், அது பெரும்பான்மை ஆட்சி ஆகாது. காரணம், அதே மன்றத்தில் இருக்கும் மற்றவர்களின் எண்ணிக்கையைக் கூட்டிப்பார்த்தால், அந்த எண்ணிக்கை ஆட்சியமைத்துள்ள கட்சிக்குச் சமமாகவோ அவர்களைவிட அதிகமாகவோ இருக்கும்.

'பான்மை' என்ற சொல் பால் என்ற சொல்லிலிருந்து வருகிறது, ஒரு பொருளின் இயல்பை/தன்மையைக் குறிக்கிறது.

ஒருவன் நல்லவனாக இருந்து ஏதேனும் தீய செயல் செய்தால், 'பால் மாறிட்டான்' என்று சொல்கிறோமல்லவா? பான்மை கெட்டுவிட்டான், இயல்பு மாறிவிட்டான் என்று பொருள்.

ஆக, பெரும்பான்மை என்றால், பெரிதான தன்மை; சிறுபான்மை என்றால் சிறிதான தன்மை.

இச்சொல்லைச் சமூகதளத்திலும் காண்கிறோம். 'சிறுபான்மையினத்தவர்' என்றால், எண்ணிக்கையில் குறைவாக உள்ளவர்கள் என்று பொருள்.

இதேபோல், 'மனப்பான்மை' என்ற சொல்லும் உண்டு, மனத்தின் தன்மையைக் குறிப்பது.

சில நேரங்களில் ஓர் அரசியல் கட்சி 'அறுதிப்பெரும்பான்மை பெற்றது' என்கிறார்களே, அதென்ன?

ஒரு விஷயத்தைப்பற்றி வலியுறுத்திப் பேசுகிற ஒருவர், 'அறுதியிட்டுக்கூறுகிறேன்' என்று சொல்வதைப் பார்க்கிறோம். அந்த அறுதிதான் இது.

'அறுதி' என்றால் முடிவான உறுதி என்று பொருள். அதாவது, இதற்குமேல் ஒன்றுமில்லை, மறுத்துப்பேசவே இயலாது!

40. பதவியேற்பு

தேர்தலில் வென்ற கட்சி ஆட்சி அமைக்கும், பதவியேற்பு விழாவுக்கு ஏற்பாடு செய்யப்படும்.

'பதவி' என்ற சொல், 'பதம்'/'பதி' என்ற சொல்லிலிருந்து வந்திருப்பதாகச் சொல்கிறார்கள். ஒரு பதத்தை/நிலைமையை எட்டுதல்; அல்லது ஒரு நிலையில் பதிந்திருத்தல்.

'பிறந்து நீடடைப் பிரிவுஇல் தொல்பதம்' என்று கம்பராமாயணத்தில் பரதன், ராமனிடம் சொல்வான். அதாவது, 'அரசனின் மகனாகப் பிறந்து, அதன்மூலம் நீ இந்தப் பழைமையான (அரச)பதவிக்கு உரிமை பெற்றாய்' என்கிறான்.

அன்றைக்குப் பதவி என்பது பிறப்பினால் வந்தது, இன்றைக்கு மக்கள் தரும் வாக்குகளால் வருகிறது, மற்றபடி சொல் ஒன்றேதான்.

பதவியை ஏற்றுக்கொள்ளும் நிகழ்வைப் 'பதவியேற்பு' என்கிறோம். பதவி+ஏற்பு, இடையில் 'ய'கரம் எப்படி வந்தது?

உயிர்மெய்யில் ஒரு சொல் முடிந்து, அடுத்த சொல் உயிரெழுத்தில் தொடங்கினால், அவற்றை இணைப்பதற்காக

ஒரு மெய்யெழுத்து அங்கே தோன்றும். இதனை 'உடம்படுமெய்' என்பார்கள்.

உதாரணமாக, கோ+இல் என்ற சொற்கள் இணையும்போது, முதல் சொல் உயிர்மெய்(கோ)யில் முடிகிறது, இரண்டாவது சொல் உயிரெழுத்தில்(இ) தொடங்குகிறது. ஆகவே, இடையில் 'வ்' தோன்றி, கோ+வ்+இல், கோவில் என ஆகிறது.

அதுபோல, பதவி+ஏற்பு எனும் சொற்களில் முதல் சொல் உயிர்மெய்(வி)யில் முடிகிறது, இரண்டாவது சொல் உயிரெழுத்தில்(ஏ) தொடங்குகிறது. ஆகவே, இடையில் 'ய்' தோன்றி, பதவி+ய்+ஏற்பு, பதவியேற்பு என ஆகிறது.

அங்கே வ், இங்கே ய், ஏன்? இதையும் பதவிவேற்பு என்று எழுதக்கூடாதா?

கூடாது. முதல் சொல்லின் நிறைவில் இ, ஈ, ஐ குடும்ப எழுத்துகள் வந்தால் இடையில் 'ய்' வரும், மற்ற உயிரெழுத்துகளுக்கு 'வ்' வரும். ஏ வந்தால் 'ய்'யும் வரலாம், 'வ்'வும் வரலாம்.

ஆகவே, 'கோ' என்பது 'ஓ' என முடிவதால், 'வ்' வந்தது, 'பதவி' என்பது 'இ' என முடிவதால், 'ய்' வந்தது, இதுபோல் வாழை+இலை=வாழையிலை, ஆனால் மா+இலை=மாவிலை!

எங்கே ய் வரும், எங்கே வ் வரும் என்பதை மனப்பாடம் செய்யவேண்டியதில்லை, முந்தைய தலைமுறையில் தமிழ் எழுத்துகளைச் சொல்லிப் படித்தவர்கள் இதை எளிதில் நினைவில் கொள்ளலாம், அங்கே நெடில் எழுத்துகளைச் சொல்லும்போது எங்கே ய வருகிறது எங்கே வ வருகிறது என்று கவனியுங்கள்: ஆனா, ஆவன்னா, ஈனா, ஈயன்னா, ஊனா, ஊவன்னா, ஏனா, ஏயன்னா (அல்லது ஏவன்னா), ஐயன்னா, ஓனா, ஓவன்னா, ஔவன்னா.

41. ஆளுங்கட்சி

ஆட்சிக்கு வந்துள்ள கட்சியை 'ஆளுங்கட்சி' என்கிறோம், அடுத்த தேர்தல் வரும்வரை, அல்லது அடுத்த ஆட்சி அமையும்வரை அவர்களைக் குறிப்பிட அந்தப் பெயரே பயன்படுத்தப்படுகிறது.

ஆளும்கட்சிதான் ஆளுங்கட்சி. ஒரு சொல் 'ம்' என்ற எழுத்தில் முடிந்து, அடுத்த சொல் க, ச, த என்ற வல்லின எழுத்துகளில் தொடங்கினால், அந்த 'ம்' மாறிவிடும், அதற்குப்பதிலாக, அந்த வல்லின எழுத்தின் இளஎழுத்து தோன்றும்.

அதென்ன இளஎழுத்து?

மெய்யெழுத்துகளை வாசித்த வரிசை நினைவிருக்கிறதா? க்,ங்,ச்,ஞ்... அதில் ஒவ்வொரு வல்லின எழுத்துக்கும் அடுத்தபடியாக வந்த மெல்லின எழுத்துதான் அதன் இளஎழுத்து.

அதாவது, க்:ங் இளஎழுத்துகள், அதேபோல், ச்:ஞ், ட்:ண், த்:ந், ப்:ம், ற்:ன் இளஎழுத்துகள்.

ஆக, ஆளும்+கட்சி என வரும்போது, அந்த 'ம்' மாறிவிடும், அதற்குப்பதிலாக, 'க்' என்பதன் இனஎழுத்தான 'ங்' தோன்றும்: ஆளுங்கட்சி.

இதேபோல், ஆளும்+தலைவர் என்றால், ஆளுந்தலைவர். ஆளும்+சக்தி என்றால், ஆளுஞ்சக்தி.

ஆளுதல் என்ற சொல்லை நாம் பரவலாகப் பலவிதங்களில் பயன்படுத்துகிறோம். ஆட்சி, ஆளுதல், ஆளுநர், அவ்வளவு ஏன், *Personality* என்பதற்கு இணையாக ஆளுமை என்ற சொல்லும் வழுக்கத்தில் உள்ளது. அதாவது, தன்னை, சுற்றியிருப்பவற்றை ஆளும் திறமை.

எழுத்தாளர் என்ற சொல், எழுத்தை ஆளுபவர் என்ற பொருளில் வருகிறது, அவர் சொற்களை நன்கு திறமையாகப் பயன்படுத்தினால், 'சொல்லை நன்கு ஆளுகிறார்' என்கிறோம்.

இதேபோல், வாக்காளர் என்பவர் தனக்கிருக்கும் வாக்கை ஆளுபவர்/ அந்த வாக்கை யாருக்கும் தரும் உரிமை அவருக்கு உண்டு என்று ஏற்கெனவே பார்த்தோம், அவர் அப்படி ஆண்டதால்தான், அடுத்த ஐந்து வருடங்களுக்கு ஒரு வேட்பாளர் ஆட்சியாளர் ஆகிறார்!

42. ஆதரவு

ஆளுங்கட்சி அறுதிப்பெரும்பான்மையுடன் இருந்தால், பிரச்னையில்லை. ஒருவேளை, அவர்கள் அதிக இடங்களைப் பெற்று, ஆனால் பெரும்பான்மை பெறாவிட்டால்?

அப்போதும் அவர்கள் பிற கட்சிகளின் ஆதரவைப்பெற்று ஆட்சி நடத்தலாம். இதிலும் உள்ளிருந்து ஆதரவு, வெளியிலிருந்து ஆதரவு என இரு வகைகள் உண்டு. அதாவது, அரசாங்கத்துக்கு ஆதரவளிக்கும் கட்சிகள் ஆட்சியில் பங்கேற்கலாம்: அல்லது, பங்கேற்காமல் வெளியிலேயே இருந்துவிடலாம்.

இது அரசியலுக்குமட்டுமல்ல, எங்கும் பொருந்தும். 'இன்றைக்குத் திரைப்படத்துக்குப் போகலாமா?' என்று தந்தை கேட்கிறார். மகன் அதற்கு ஆதரவளிக்கிறான்.

'ஆதரவு தரும் மகளார்' என்று பெரியபுராணத்தில் வருகிறது. இங்கே ஆதரவு என்பதன் பொருள், அன்பு/சிறப்பு/மேம்பாடு/ பெருமை.

ஆக, ஒரு கட்சி இன்னொரு கட்சிக்கு ஆதரவு தருகிறது என்றால், அதனைச் சிறப்பாக்குகிறது, மேம்படுத்துகிறது என்கிற

பொருளில் எடுத்துக்கொள்ளலாம். அந்தச் சிறப்பைக்கொண்டு, சிறுபான்மையாக இருந்த கட்சியால் ஆட்சியமைக்க இயலுகிறது.

'ஆதரவு' என்பதன் வேர்ச்சொல், 'ஆதரி', இவர் அவரை ஆதரித்தார் என்று சொல்கிறோமல்லவா.

இந்த 'ஆதரி'க்கும் அன்பு என்பதுதான் பொருள், ஒருவர்மீது அன்பு இருந்தால்தான் அவரை (உண்மையாக) ஆதரிக்கமுடியும்.

கம்பராமாயணத்தில் சீதையை வர்ணிக்கும் ஒரு வரி:

> 'ஆதரித்து, அமுதில் கோல் தோய்த்து,
> அவயமம் அமைக்கும் தன்மை
> யாது? என்று திகைக்கும்அல்லால்
> மதனற்கும் எழுத ஒண்ணாச்
> சீதை.'

மன்மதன் சீதையைப் பார்த்தானாம், அவளைப்போல் ஓர் ஓவியம் வரையலாம் என்று விரும்பினானாம், அமுதத்திலே தூரிகையைத் தோய்த்து வரைய முயன்றானாம். அதன்பிறகும், 'ம்ஹ-ஓம், என்னால் இப்படியொரு பெண்ணை வரைய இயலாது' என்று திகைத்து நின்றுவிட்டானாம், அப்படியோர் அழகு!

இங்கே 'ஆதரித்து' என்ற சொல்லின்பொருள், விருப்பம்/விரும்பி. இதுவும் அன்பின் இன்னொரு வடிவம்தானே!

இதே பொருளில் மாணிக்கவாசகரும் சிவனை அழைக்கிறார்: 'ஆதியே, அடியேன் ஆதரித்து அழைத்தால், 'அதென்துவே' என்று அருளாயே!'

43. ஆட்சி

ஒரு கட்சியின் பிரதிநிதிகள் அரசாங்கத்தை ஏற்று நடத்துதலை 'ஆட்சி' என்கிறோம். அதையே ஒரு கூட்டணி செய்தால், 'கூட்டணி ஆட்சி' என்கிறோம்.

ஆட்சி என்பது புதுச்சொல் அல்ல, அன்றைய சேர,சோழ,பாண்டியர் அரசாங்கத்தைக்கூட, ஆட்சி என்றுதான் குறிப்பிடுகிறோம். அது மன்னராட்சி, இது மக்களாட்சி!

'ஆள்' என்ற வேர்ச்சொல்லிலிருந்து வந்துதான் ஆட்சி. 'காண்' என்ற வேர்ச்சொல்லிலிருந்து காட்சி வருவதுபோல.

'சி' என்ற விகுதியைக்கொண்டு தமிழில் பல சொற்கள் அமைக்கப்பட்டிருக்கின்றன. அவற்றில் மிகப் பிரபலமானது, புரட்சி.

புரள்+சி என்பதுதான் புரட்சி என்றாகிறது. எதையேனும் புரட்டிப்போடுவது புரட்சி.

இந்தப் 'புரட்சி'யை அடிப்படையாகக்கொண்டு, அதற்குப் பல அடைமொழிகளைச் சேர்த்துள்ளார்கள். பசுமைப்புரட்சி

என்பது, விவசாயத்துறையில் நிகழ்ந்த மாற்றங்களைச் சொல்கிறது, வெண்மைப்புரட்சி என்பது, பால்வளத்துறையில் நிகழ்ந்த மாற்றங்களைச் சொல்கிறது, தகவல் தொழில்நுட்பப் புரட்சி என்பது கணினிசார்ந்த தொழில்நிறுவனங்களின் வளர்ச்சி, மேம்பாட்டைச் சொல்கிறது.

வளர்ச்சி என்பதும் இவ்வகைச்சொல்தான். வளர்தலைக் குறிப்பது. உயர்வு, தாழ்வு என்ற சொற்களை உயர்ச்சி, தாழ்ச்சி என்பார்கள்.

இந்தச் 'சி' விகுதிச்சொற்கள் அனைத்தும் பெயர்ச்சொற்கள். இவற்றுக்குள் வினைச்சொற்கள் இருக்கின்றன. மாறாக, இந்தப் பெயர்ச்சொற்களை அப்படியே வினைச்சொற்களாகப் பயன்படுத்தலாகாது.

உதாரணமாக, சிலர் 'முயற்சித்தான்' என்று எழுதுவார்கள். காரணம், 'முயற்சி' என்பதே வினைச்சொல் என்று அவர்கள் எண்ணிவிடுகிறார்கள்.

உண்மையில், 'முயல்' என்பதுதான் வினைச்சொல், முயன்றான் என்றே எழுதவேண்டும். 'ஆட்சினான்', 'ஆட்சித்தான்', 'புரட்சித்தான்' என்றெல்லாம் நாம் எழுதுவதில்லையே, 'முயற்சித்தான்' என்றுமட்டும் ஏன் எழுதுகிறோம்?

ஒருவேளை முயற்சி என்ற சொல்லையே வினைச்சொல்லாகப் பயன்படுத்த விரும்பினால், 'முயற்சிசெய்தான்' என்று எழுதலாம். 'அந்தக் கட்சி ஆட்சி செய்தது' என்பதுபோல.

ஆனால், 'ஆட்சி செய்தது' என்பதைவிட, 'ஆண்டது'/ஆள்கிறது' என்பதுதான் சிறப்பான பயன்பாடு!

44. முதல்வர், பிரதமர்

ஒரு திரைப்படத்துக்கு 'முதல்வன்' என்று பெயர் வைத்திருந்தார்கள்.

'முதல்வர்' என்பது மரியாதைக்குரிய ஒரு பதவி. ஆகவே, அதனை 'முதல்வன்' என்று 'அன்' விகுதியில் குறிப்பிடுவது மரபல்ல. ஆனால், அந்தத் திரைப்படத்தில் ஒருவர் திடீரென்று முதல்வராக நேர்வதால், அதைக் குறிப்பிடும்வகையில் அவரை 'முதல்வன்' என்று அழகாகக் குறிப்பிட்டிருந்தார்கள்.

'அர்' என்பது மரியாதை விகுதிதான். ஆனால், உண்மையில் 'அன்' விகுதியில் எந்த மரியாதைக்குறைவும் இல்லை. பரிபாடலில் திருமாலை 'அமரர்க்கு முதல்வன் நீ' என்று எழுதுவார் கடுவன்இளவெயினனார்.

ஆகவே, 'முதல்வன்' என்பது மரியாதைக்குறைவான சொல் அல்ல, அது பாலினத்தைக் குறிப்பிடுவதுதான் ஒரு சிறு பிரச்னை.

இதனால், ஒரு பெண் அந்தப் பொறுப்புக்கு வரும்போது, அவரைக் குறிப்பிட 'முதல்வி' என்ற சொல்லைப்

பயன்படுத்தவேண்டியிருக்கும். முக்கியப் பொறுப்புகளில் உள்ளவர்களைப் பாலின அடிப்படையில் குறிப்பிட்டு அடையாளம் காட்டாமல் தவிர்க்கலாம் என்பதால், 'முதல்வர்' என்ற சொல் சிறந்ததாகிறது.

மாநிலத்தை ஆள்பவரை மட்டுமல்ல, பள்ளியை ஆள்பவரையும் 'முதல்வர்' என்றே அழைக்கிறோம். அந்த மாநிலத்தில், அல்லது பள்ளியில் பதவி அடிப்படையில் அவர்தான் முதலாமவர் என்பதே பொருள்.

அதேசமயம், அந்த முதல்வர்தான் அனைத்துக்கும் அடித்தளமாக இருக்கிறார் என்று கலித்தொகை உரையில் எழுதுகிறார் நச்சினார்க்கினியார். அதாவது, மாநிலத்துக்கு, பள்ளிக்கு அவரே அடித்தளம், அனைத்துப் பிரச்னைகளையும் தாங்கிச் சுமக்கிறார், வழிநடத்துகிறார் என்ற பொருளில்.

மாநிலத்தை ஆள்பவர் முதல்வர். சரி, நாட்டை ஆள்பவர்?

பிரதமர் என்பது வடமொழிச்சொல், அங்கே 'பிரதம' என்பது முதல்நிலையைத்தான் குறிக்கிறது.

ஆக, அவரும் முதல்வர்தான், நாட்டுக்கே முதல்வர்!

முன்பெல்லாம் இந்தியாவில் மாநில முதல்வர்களையே 'பிரதமர்' என்றுதான் குறிப்பிட்டுக்கொண்டிருந்தார்கள். அதன்பிறகு, அந்த வடமொழிச்சொல் மாறி, 'முதல்வர்' என்பது வந்தது, அதே பொருள்தான் என்றாலும், நாட்டின் பிரதமரிடமிருந்து அவரை மாறுபடுத்திக்காட்டியது!

45. அமைச்சரவை

ஒரு பெரிய மாநிலத்தை முதல்வர் மட்டும் ஆள இயலாது. அவருக்கு உதவியாக இரண்டாமவர், மூன்றாமவரெல்லாம் இருக்கவேண்டுமே.

இவர்களை எண்ணிட்டு அழைக்காமல், 'அமைச்சர்' என்று பொதுச்சொல்லால் குறிப்பிடுகிறோம். சொல்லப்போனால் 'முதல்வர்' என்பதே 'முதல்அமைச்சர்' என்பதைத்தான் குறிப்பிடுகிறது.

'அமைச்சர்' என்ற சொல்லும் மிகப் பழையதுதான். திருக்குறளில் 'அமைச்சியல்' என்ற தனிப்பிரிவே இருக்கிறது, அமைச்சருடைய இயல்புகளைப் பலவிதமாக விளக்குகிறார் வள்ளுவர், உதாரணமாக:

'தெரிதலும் தேர்ந்துசெயலும் ஒருதலையாச்
சொல்லலும் வல்லது அமைச்சு.'

எதைச் செய்யவேண்டும் என்று தேர்ந்தெடுப்பதும், அதை எப்படிச் செய்யவேண்டும் என்று ஆராய்ந்து செயல்படுவதும், அதன்பிறகு அந்தச் செயலின் முடிவு என்ன என்பதை உறுதியாகச் சொல்வதும் அமைச்சின் குணங்கள்.

அதென்ன அமைச்சு?

'அமை' என்ற வேர்ச்சொல்லிலிருந்து பிறந்ததுதான் 'அமைச்சர்'. அரசியல் முறைகளைச் சிறப்பாக அமைத்து நாட்டை ஆளுபவர் என்பதால், அவர் 'அமைச்சர்' ஆகிறார். 'வேந்தர்' என்ற பெயரை 'வேந்து' என்று உகரத்தில் குறிப்பிடுவதுபோல, 'அமைச்சர்' என்ற பெயர், 'அமைச்சு' என்று ஆகிறது.

இப்படிப் பல அமைச்சர்கள் சேர்ந்து செயல்படுகிற குழுவை, 'அமைச்சரவை' என்பார்கள். அதாவது, 'அமைச்சர்களின் அவை.'

முன்பு இதனை 'மந்திரிசபை' என்ற வடமொழிச்சொல்லால் குறிப்பிட்டுக்கொண்டிருந்தார்கள். 'மந்திரி'க்கு இணையான தமிழ்ச்சொல், 'அமைச்சர்'. 'சபை'க்கு இணை, 'அவை'.

இதற்கும் திருக்குறளில் உதாரணம் பார்க்கலாம்:

> 'தந்தை மகற்குஆற்றும் நன்றி, அவையத்து
> முந்தியிருப்பச் செயல்.'

ஒரு தந்தை தன் மகனுக்குச் செய்யக்கூடிய மிகப்பெரிய நன்றி, அவனைக் கற்றவர்கள் அவையிலே முன்னால் இருக்கச்செய்வது. அதாவது, அவனை நன்கு படிக்கவைப்பது.

'அவை' என்ற சொல்லை அரசியல்சார்ந்த பல இடங்களில் பார்க்கலாம், பாராளுமன்றத்தின் ஒரு பிரிவை 'மக்களவை' என்கிறோம், இன்னொரு பிரிவை 'மாநிலங்களவை' என்கிறோம், இங்கே மாநிலத்தில் முன்பு 'மேலவை' இருந்திருக்கிறது!

இதுபோல எங்கெல்லாம் மக்கள் குழுவாகச் சேர்ந்து ஒரு பொதுவான பணியில் ஈடுபடுகிறார்களோ, அதையெல்லாம்

'அவை' எனலாம். 'அறங்கூர் அவையம்' என ஒன்று சிலப்பதிகாரத்தில் வருகிறது, இன்றைய நீதிமன்றம்தான் அது.

இந்தச் சொல்லுக்கு இன்னொரு பயன்பாடும் உண்டு: அஃறிணைப் பன்மை. உதாரணமாக, 'பறவைகள் வந்தன, அவை அழகாக இருந்தன!'

46. சபாநாயகர்

சிதம்பரம் நடராஜருக்கு 'சபாநாயகர்' என்று ஒரு பெயர் உண்டு.

'சபா' என்பதைப் பெரும்பான்மைப் பேச்சுவழக்கில் 'சபை' என்கிறோம், வடமொழிச்சொல், 'கிருஷ்ணகானசபா' என்பதுபோல் சில இசைக்கூடங்களின் பெயர்களில் இதனை இன்றும் காணலாம்.

'சபை' என்ற சொல்லைப்பற்றி ஏற்கெனவே பார்த்தோம், தில்லைச்சபைக்கு நாயகர் நடராஜர், ஆகவே, அவர் சபாநாயகர்.

இதே பெயரைச் 'சபாபதி' என்றும் அழைப்பார்கள், 'சபாபதிக்கு வேறுதெய்வம் சமானமாகுமா' என்று கோபாலகிருஷ்ண பாரதியார் எழுதிய பிரபலமான பாடலுண்டு.

இவ்வகையில், சட்டமன்றம், பாராளுமன்றம் போன்ற சபைகளின் தலைவர்களையும் 'சபாநாயகர்' என்று அழைக்கிறோம். இந்த வடமொழிச்சொல்லுக்கு இணையான தமிழ்ச்சொல், 'அவைத்தலைவர்'.

பல அவைகள் இருக்கின்றனவே, அவர் எந்த அவையின் தலைவர்?

இதைக் குறிக்கும்வகையில் ஒருவரைச் 'சட்டமன்ற அவைத்தலைவர்' அல்லது 'நாடாளுமன்ற அவைத்தலைவர்' என்று அழைக்கலாம்.

'சபாநாயகர்', அதாவது 'சபாபதி'யை 'அவைத்தலைவர்' எனத் தூயதமிழில் அழைப்பதுபோல, 'ஜனாதிபதி', அதாவது 'ஜன அதிபதி'யைக் 'குடியரசுத்தலைவர்' என்கிறோம். அவருக்குத் துணைநிற்பவர் 'துணைக் குடியரசுத்தலைவர்.'

அதைவிட, குடியரசுத் துணைத்தலைவர் என்பதே அதிகப்பொருத்தம் என்று தோன்றுகிறது.

என்ன பெரிய வித்தியாசம்?

'துணை' என்கிற முன்னோட்டை எங்கே சேர்க்கிறோம் என்பதைப்பொறுத்து அதன் பொருள் மாறும், இங்கே 'துணைத்தலைவர்' என்பதே சரியான ஒட்டல், 'துணைக் குடியரசுத்தலைவர்' என்றால், துணைக்குடியரசு என ஒன்று இருப்பதுபோலவும், அதற்கு இவர் தலைவர் என்பதுபோலவும் ஒரு மயக்கம் வரலாம்.

அதேபோல், 'முன்னாள் சட்டமன்றத் தலைவர்' என்றால், முன்பு எப்போதோ இருந்த ஒரு சட்டமன்றத்தின் தலைவர் என்ற மயக்கம் வரலாம். அந்தச் சட்டமன்றம் இப்போதும் இருக்கிறது, இவர்தான் அதன் முன்னாள் தலைவர். ஆகவே, 'சட்டமன்ற முன்னாள் தலைவர்' என்று எழுதுவதே மிகப் பொருத்தமானது.

47. சட்டமன்றம், பாராளுமன்றம்

இன்றைக்கு அனைத்து இந்திய மாநிலங்களிலும் சட்டமன்றங்கள் இருக்கின்றன. இந்த மன்றங்களில் உள்ளோர் அந்த மாநிலத்துக்கான சட்டங்களை இயற்றுகிறார்கள். கூடுதலாக, தேசிய அளவிலான சட்டங்களை இயற்றிச் செயல்படுத்துகிற ஒரு மன்றமும் உள்ளது. அதனைப் 'பாராளுமன்றம்' என்கிறோம்.

'சட்டமன்றம்' என்ற பெயர், சட்டங்களை வகுக்கிற மன்றம் என்ற பொருளில் பயன்படுத்தப்படுகிறது. முதன்முதலாக 1861ல்தான் மாநிலச் சட்டமன்றங்கள் உருவாக்கப்பட்டன.

'பாராளுமன்றம்' என்பது, 'பார் ஆளும் மன்றம்' என்று பிரிகிறது. அதாவது பாரினை, உலகத்தினை ஆளுகின்ற மன்றம்.

'பார்' என்பது பொதுவாக உலகம் என்ற பொருளில் பயன்படுத்தப்படுகிறது. 'பாருக்குள்ளே நல்ல நாடு, எங்கள் பாரதநாடு' என்கிற பாரதியார் பாடல் எல்லாருக்கும் தெரிந்ததுதான்.

ஆனால் உண்மையில், 'பார்' என்பதன் பொருள், நிலம் என்பதுதான். திருவருட்பாவில் வள்ளலார் இப்படி எழுதுவார்:

'பாரொடு நீர், கனல், காற்று, ஆகாயம்எனும் பூதப்பகுதி'.

அதாவது, ஐம்பெரும்பூதங்களாக வர்ணிக்கப்படும் நிலம், நீர், நெருப்பு, காற்று, ஆகாயம் ஆகியவற்றில் நிலம்தான் பார். அந்த நிலத்தில் உள்ள நாடுகளிலேயே சிறந்தது இந்தியா என்று பெருமிதப்படுகிறார் பாரதியார்.

ஆக, 'பாராளுமன்றம்' என்றால் ஒரு பெரிய நிலத்தை ஆளும் மன்றம், இங்கே அது தேசத்தைக் குறிக்கிறது. 'பார்வேந்தன்' என்றாலும் இதே பொருள்தான்.

பாராளுமன்றத்திலும் சட்டமன்றத்திலும் இரு பிரிவுகள் இருக்கலாம்: மேலவை, கீழவை. இதில் பலதுறை நிபுணர்களும், மக்களால் தேர்ந்தெடுக்கப்பட்ட பிரதிநிதிகளும் இடம்பெறுவார்கள். இவர்கள் அனைவரும் சேர்ந்து எடுக்கிற தீர்மானங்கள்தாம் அந்த மன்றத்தின் தீர்மானமாக முன்வைக்கப்படும்.

'பார்' என்பதைக் கட்டளைச்சொல்லாகவும் பயன்படுத்தலாம்: 'இதோ பார், இந்தப் பார் எத்துணை அழகானது!'

48. தொங்கு சட்டமன்றம்

சட்டமன்றத்திலோ பாராளுமன்றத்திலோ ஒரு கட்சி அல்லது கூட்டணி பெரும்பான்மை இடங்களை வென்றால், ஒரு நிலையான ஆட்சி அமையும், இல்லாவிட்டால் 'தொங்கல்'தான்.

ஆங்கிலத்தில் இதனை 'Hung Assembly' என்பார்கள். அதன் நேரடி மொழிபெயர்ப்பாகவே 'தொங்கு சட்டமன்றம்', 'தொங்கு பாராளுமன்றம்' போன்ற சொற்கள் உருவாக்கப்பட்டிருக்க வேண்டும்.

மக்களாட்சியில் நம்பிக்கைகொண்ட எவரும், தொங்கு சட்டமன்றம் அமைவதை விரும்பமாட்டார்கள். இந்தக் கட்சி அந்தக் கட்சியை வளைப்பதும், அந்தக் கட்சி இன்னொரு கட்சியை வளைப்பதும், எப்படியாவது ஆட்சியைப் பிடித்துவிட இயலாதா என்று ஆளுக்காள் தவிப்பதும் ஆபாசமான காட்சிகள்.

'தொங்குதல்' என்ற சொல் இங்கே மிகப் பொருத்தமானது. மரத்தின் விழுதுகளில் தொங்கும் ஒருவர் அங்குமிங்கும் ஊசலாடி எந்தக் கிளையையும் பற்றலாம், தொப்பென்று கீழேயும் விழலாமல்லவா? அந்த நிலையற்றதன்மையை இது அழகாகக் காட்டுகிறது.

இங்கே 'தொங்கு' என்பதுதான் வேர்ச்சொல், எதையோ பிடித்துக்கொண்டு தரையைத் தொடாமல் அந்தரத்தில் மிதத்தல் என்று பொருள், அதிலிருந்து 'தொங்குதல்', 'தொங்கல்' போன்றவை வருகின்றன.

தொங்கிக்கொண்டிருக்கிற ஒருவர், நிலையற்றதன்மையில் உள்ளார். அங்கிருந்து இறங்கவேண்டும், அல்லது மேலே ஏறவேண்டும், அப்போதுதான் அவர் நிலைபெறுவார். அதுபோல, சட்டமன்றத்திலும் ஒரு கட்சிக்குப் பெரும்பான்மை ஆதரவு கிடைக்கும்போது, அது நிலைக்கும்.

சிலர் 'தொங்குச் சட்டமன்றம்' என்று எழுதுவார்கள். அது பிழை, இது 'வினைத்தொகை' என்ற இலக்கணவகையைச் சேர்ந்தது, அங்கே வல்லின எழுத்து (அதாவது 'ச்' என்ற எழுத்து) மிகாது. ஆகவே, 'தொங்கு சட்டமன்றம்' என்றே எழுதவேண்டும், ஊறுகாய் என்பதுபோல.

'தூங்கல்' என்ற சொல்லுக்கும், 'தொங்கல்' என்ற பொருள் உண்டு. 'தூக்கணாங்குருவிக்கூடு, தூங்கக்கண்டார் மரத்திலே' என்று கண்ணதாசன் எழுதியிருப்பார்.

அந்தப்பொருளில், 'தொங்கு சட்டமன்ற'த்தைத் 'தூங்கு சட்டமன்றம்' என்றும் அழைக்கலாம். அங்குள்ள உறுப்பினர்கள் தூங்கிக்கொண்டிருக்கிறார்களோ, சட்டமன்றம் எந்த நடவடிக்கையும் எடுக்காமல் தூங்கிக்கொண்டிருக்கிறதோ என்றெல்லாம் மக்கள் எண்ணத் தொடங்கிவிடுவார்கள், அதுதான் பிரச்னை!

49. துறை

அரசாங்கத்தில் பல்வேறு அமைச்சர்கள் இருப்பார்கள். அவர்கள் ஒவ்வொருவருக்கும் சில துறைகள் வழங்கப்பட்டிருக்கும்.

உதாரணமாக, வேளாண்மைத்துறைக்கு ஓர் அமைச்சர், உள்துறைக்கு ஒருவர், காவல்துறைக்கு இன்னொருவர்.

சில நேரங்களில் முக்கியத்துவம் வாய்ந்த ஒரே துறைக்கு இரண்டு அமைச்சர்கள் இருப்பதும் உண்டு. அவர்களில் ஒருவர் முதன்மையாகவும் இன்னொருவர் இணை அமைச்சர் அல்லது துணை அமைச்சராகவும் செயல்படுவார்.

இங்கே 'துறை' என்ற சொல் உட்பிரிவு என்ற பொருளில் பயன்படுகிறது. பள்ளி, கல்லூரிகளில் தமிழ்த்துறை, ஆங்கிலத்துறை, கணிதத்துறை என்கிற பெயர்களைக் காண்கிறோம். ஆங்கிலத்தில் இதனை *Department* என்பார்கள்.

ஆக, காவல்துறை அமைச்சர் என்றால், அவர் மாநிலத்தைக் காக்கும் பணியை ஆற்றுகிற துறையை வழிநடத்துகிறார்.

'துறை'க்குத் தமிழில் வேறு பொருள்களும் உண்டு. உதாரணமாக,

'துறை'முகம் என்கிறோம். அது நீர்த்துறை (நீர்நிலையின் கரையிலே நிற்பதற்கான அமைப்பு) என்ற சொல்லைக்கொண்டு பிறந்தது.

சங்க இலக்கியத்தில் ஒவ்வொரு பாடலுக்கும் திணை, துறை என்று விளக்குவார்கள். அங்கே 'துறை' என்பதன் பொருள், இடம், இந்தப் பாடல் எப்படிப்பட்ட சூழ்நிலையிலே பாடப்படுகிறது என்பதை விளக்குவது.

'துறை' என்ற பெயரில் பல பாடல் வகைகளும் உண்டு. உதாரணமாக, ஆசிரியத்துறை, வஞ்சித்துறை.

இதில் வஞ்சித்துறை பார்க்க மிக அழகாக இருக்கும், நான்கே அடிகள், அடிக்கு இரண்டே சொற்கள் எனக் கச்சிதமான பாடல். எடுத்துக்காட்டாக நம்மாழ்வாரின் இந்தப் பாசுரம்:

> உள்ளம், உரை,செயல்
> உள்ள இம்மூன்றையும்
> உள்ளிக் கெடுத்துஇறை
> உள்ளில் ஒடுங்கே.

மனம், பேச்சு, செயல் என்ற மூன்றையும் சிந்தித்துப்பார், அவை மற்ற பொருள்களில் பதியாதபடி பார்த்துக்கொள், இறைவன்தான் எல்லாம் என்று அவனுக்குள் ஒடுங்கிவிடு!

50. நலன்

ஆட்சிக்கு வரும் எந்தவோர் அரசும் மக்களுடைய நலனைதான் மனத்தில்கொண்டு இயங்கும். தங்களுக்கு வாக்களித்த மக்கள் மட்டுமல்ல, தங்கள் ஆட்சியின்கீழுள்ள எல்லா மக்களையும் அரவணைத்துச்செல்லவேண்டிய பொறுப்பு அவர்களுக்கு உண்டு.

நலன் என்ற சொல், நலம் என்ற சொல்லின் போலி. இதற்கு இன்னும் சில உதாரணங்கள்: நிலம் என்பதை நினன் என்பார்கள், மனம் என்பதை மனன் என்பார்கள். 'ம்'க்குப் பதிலாக 'ன்' போலியாக வரும்.

'போலி' என்றால், போலிருப்பது என்று பொருள், ஒன்றைப் போலிருப்பது அதன் போலி.

இந்தச் சொல்லை இன்று நாம் இழிவுப்பொருளிலேயே பெரும்பாலும் பயன்படுத்துகிறோம். 'போலி மருத்துவர்' என்றால், மருத்துவரைப்போல நடிப்பவர், 'போலி மருந்து' என்றால் பொய்யான மருந்து.

உண்மையில் 'போலி' என்பது இழிவான சொல்லே அல்ல, அதைப் பயன்படுத்தும் பின்னணியைப்பொறுத்துதான் பெருமையும் இழிவும் அமைகிறது.

உதாரணமாக, ஒரு பெண்ணைப் பார்த்து, 'மயில்போலி' என்று சொல்லலாம், மயில்போல் ஒயிலானவள் என்று அதற்குப் பொருள்.

போலி என்ற சொல், போல்+இ என உருவாகியுள்ளது, போலிருப்பது என்ற பொருளில். இதேபோல் வேறு சொற்களையும் காணலாம். உதாரணமாக, *Elevator*ஐச் சில கட்டடங்களில் 'மின்உயர்த்தி' என்று எழுதியிருப்பார்கள். மின்சாரத்தின் துணைகொண்டு மக்களை ஒரு தளத்திலிருந்து இன்னொரு தளத்துக்கு உயரச்செய்வது அது.

இன்னொரு சொல், கண்ணி. இதற்குப் 'பொறி' என்ற பொருள் இருப்பது எல்லாருக்கும் தெரியும், 'கண்ணிவெச்சுப் பிடிச்சான்' என்கிறோம், 'கண்ணிவெடி அபாயம்' என்கிறோம்.

ஆனால், கண்ணிக்கு 'கண்ணைக்கொண்டவள்' என்ற பொருளும் உண்டு. மான்கண்ணி என்றால் மான்போன்ற கண்கொண்டவள், அங்கயற்கண்ணி என்றால் அழகிய, மீன்போன்ற கண்கொண்டவள்!

நலன் என்ற சொல் நலம் என்பதன் போலியாக இருக்கலாம். அரசாங்கம் மக்களிடம் போலியாக நடந்துகொண்டுவிடாமல் உண்மையாக இருக்கும்வரை யாவும் நலமே!

தெளிவான எழுத்தும் ஆழமான ஆய்வும் நிறைந்த நூல்களுக்காகத் தமிழ் வாசகர்களிடையில் நன்கு அறியப்பட்டுள்ள என். சொக்கன் புனைவு, வாழ்க்கை வரலாறு, நிறுவன வரலாறு, தன்னம்பிக்கை, சிறுவர் இலக்கியம் உள்ளிட்ட துறைகளில் இதுவரை எழுபதுக்கும் மேற்பட்ட நூல்கள், நூற்றுக்கணக்கான கதைகள், கட்டுரைகளை எழுதியுள்ளார். விரிவான ஆய்வுகள், சான்றுகளின் அடிப்படையிலான ஆழமான வரலாற்று நூல்களைத் தமிழில் எழுத இயலும், அவற்றைப் பெரும்பான்மை வாசகர்களுக்குக் கொண்டுசேர்க்கவும் இயலும் என்பதைப் பலமுறை நிரூபித்த எழுத்து வகை இவருடையது.

தமிழ், ஆங்கிலம் ஆகிய இரு மொழிகளிலும் எழுதும் சொக்கனுடைய நூல்கள் ஹிந்தி, கன்னடம், மலையாளம் உள்ளிட்ட பல மொழிகளில் மொழிபெயர்ப்பாகியுள்ளன.